பாணர் வகையறா

மௌனன் யாத்ரிகா

எழுத்து பிரசுரம்

பாணர் வகையறா

Baanar Vahaiyaraa © 2020 Mounan Yathrika

First Edition by Ezutthu Prachuram: January 2020
(An imprint of Zero Degree Publishing)
ISBN: 978 93 88860 63 5
Title No. EP: 90

Zero Degree Publishing
No. 55(7), R Block,
6th Avenue, Anna Nagar,
Chennai - 600 040

Website : www.zerodegreepublishing.com
E Mail :zerodegreepublishing@gmail.com
Phone : 98400 65000
Author drawing: Pachaimuthu
Cover Art : Iyal
Layout: R.Prakash

அத்தியாயம் - 1

பாணர் வகையறா

இயற்கையை விடுத்து வாழ்வைக் கற்பனை செய்து பார்க்கமுடியாத திணைக்குடிகளின் எலும்புகள் புதைந்துள்ள நிலங்களின் மேட்டில் பச்சையங்களைத் தடவுகிறான் பாணன். அவனுடைய யாழில் நிரம்பிக் கிடக்கின்றன முளைகட்டாத தானியங்கள். பொருநரும் விறலியரும், தாம் கட்டிய கதையைக் கூத்தில் நிகழ்த்திக்காட்ட அடவு தரித்துக் கொண்டிருக்கிறார்கள்.

மிளகு வம்சம்

"அட்டிலில் மிளகு தட்டும் ஓசை கேட்கிறது
குடிலை கமழச் செய்யும் வித்தையறிந்த கிழத்தியே
மிளகு நிறைந்த குடுவையைப் பார்த்தால்
உடம்பு முழுக்க மச்சம் கொண்ட
யவனப் பெண்ணைப் பார்ப்பதுபோல் உள்ளது"

"சுவைமிக்க இச்சிறு கனியின் மீது
பைத்தியம் போல் மோகிக்கிறாய்
உன் காமத்தில்
ஆயிரம் மிளகுகளின் காரம் இருக்கும் போலிருக்கிறது"

"உனக்கொன்று தெரியுமா? மிளகுக்கு உலகம் முழுக்க
பைத்தியங்கள் இருக்கிறார்கள்
மூக்கு துவாரங்களில் மிளகை வைத்து
எப்போதும் அதன் மணத்தை
நுகர்ந்தபடியே இருக்குமாறு புதைக்கப்பட்ட
பேரரசர்கள் எல்லாம் வரலாற்றில் உண்டு"

"மிளகுத் தாது பறக்கும்
நம் மலையைத் தேடியலைந்தபோதுதான்
வெள்ளையர்களுக்கு சொந்த தீவே கிடைத்ததாம்,
நம் மலையை அப்போது மிளகு வம்சம் ஆண்டதென்று
என் தந்தை சொல்லியிருக்கிறார்"

"மிளகு வம்சம் தன் வாசனையால் தோற்றுப்போனபோது
தன் குழந்தைக்கு இரண்டு குறுமிளகை வாயூட்டிய
தாயின் கொடிகள்தான் நாம்,

எனதன்பு கிழத்தியே போ! போய் நம் புதல்வனுக்கு
உன் இரண்டு மிளகைப் பருகக் கொடு."

~

காட்டாளன்

இச்சி மரங்களும் விளா மரங்களும்
காட்டின் தொடக்கத்தை அடைத்து நிற்க
உள்ளிருக்கும் மரச்செறிவுக்குள் நுழைந்தோம்
தரைப்படர் தாவரங்களுள் உயிர்கள் தப்பிப்பதன் சலனம்
இரை விழுங்கிய பாம்பின்
அழுந்தப் பதிந்த உடல் தடம்போல்
ஒரு தடம் கண்டோம்
விரியனின் வாசத்தை மூச்சிழுத்து நுகர்ந்தான் இருளன்

பெரியதொரு காட்டுப் பன்றியை
ஒத்தையாய் வீழ்த்தக் கூடிய உடற்கட்டுக்கு
அக் கரிய நிறம் அவனுக்கு எடுப்பாயிருந்தது

இந்தக் காட்டின் மையத்தில் வைத்துக் கொன்று
சுட்டுப் பொசுக்கி தோல் உரித்த விலங்கொன்றின்
சுவைமிக்க மாமிசம் பற்றி நாவில்
எச்சில் சுரக்கும் கதையொன்றைக் கூறினான்

வேலத்தின் சந்தன நிறத்தைத் தொட்டுத் தடவி
வாளிப்பான ஓரிடத்தில் கத்தியைப் பதித்த எனக்கு
நாட்டுச் சாராயத்தின் சுர்ரென்று ஏறும்
போதை நினைவுக்கு வந்து போனது

முரடான கறி கொண்டிருக்கும் உடும்பு
பக்கத்தில் எங்கோ தன் இணையை நுகர்ந்து கூடுகிறதென்றும்,
அப்போது பீறிடும் பனித்துவர்ப்பு வாசனைக்
காடெங்கும் பரவியிருக்கிறதென்றும் கூறிவிட்டு
ஒரு வேட்டை நாயைப்போல்
சட்டெனப் பாய்ந்து காட்டில் மறைந்தான்

காட்டிலிருந்து அவன் வெளியேறியபோது
புராதனமான இரண்டு வாளுறையைப்போல்
இரண்டு உடும்புகள்
அவன் தோள்களில் தொங்கிக் கொண்டிருந்தன

இன்றைய இரவில் மூட்டப்படும் தீயில்
தொண்டகச் சிறுபறையைக் காய்ச்சி அடித்து
இவ் வேட்டையைக் கொண்டாடுவோம்.
~

பொதுவியல் திணையை இனி பாடுவதில்லை

மணல் லாரிகளின் விளக்கு வெளிச்சம்
உறங்கும் சிற்றூர்களின் குடிசைகளை
கடந்து போகும் பின்னிரவில்
கன்னி எலும்பொன்றை முத்தமிட்டுவிட்டு
சுடுகாட்டிலிருந்து திரும்பிக் கொண்டிருந்தான் கோடாங்கி
~

இலாகாவைத் தின்றுக் கொழுத்த உடல்
அசப்பில் பன்றியை நினைவுறுத்த
கோடாங்கியை எதிரில் கண்டு விட்டு
மகிழுந்தில் போகிறான்
ஒன்றியப் பொறுப்பில் இருப்பவன்
தூய பருத்தியுடையில் சாத்தானைக் கண்டதும்
அகவனுக்கு உடம்பு சிலிர்க்கிறது
~

ஊரில் நற்குறி தொலைந்ததென்றான் கோடாங்கி
அவன் சுவடிக்கட்டை பேய்கள் வாசித்தன
மந்திரத்தால் வாய் கட்டப்பட்ட நாய்கள்
தணிந்த குரலில் அழுவதும்
பாழுடைந்த காட்டில் கூகையின் கால்கள்
காகத்தின் மூச்சை நிறுத்துவதும் துர் நிமித்தம்
~

தடாரி கடகடகடவென ஒலியெழுப்ப
பின் தொடரும் தீய ஆவிகளை
மடைமாற்றி ஏவுகிறான் கோடாங்கி
ஆற்றில் இறங்கும் லாரி ஒன்றில்
ரத்தம் கக்கி கருகுகிறது திருஷ்டி எலுமிச்சை
~

ஆகாச முனியை சுண்டெலியாக்கிய
புலுகன் இருக்கும் தெருவில்
ஆந்தை நெடுநேரம் அலறுகிறது
காதுகளைத் தீட்டி வைத்துக்கொண்டு
உருமாவை அவிழ்த்து அவன்
மூத்திரம் பெய்கையில் அசகாற்று அடிக்கிறது
கோடாங்கி அந்தத் தெருவின் முனையில் திரும்புகிறான்
~

சுற்றுச் சுவர் மீதேறும் நிழலைக் கண்டு
காதை விடைத்து உறுமியது நாய்
அரசு புறம்போக்கில் கட்டப்பட்ட
பெரிய வீட்டின் மஞ்சத்தில் ரத்தக் கவுல்
முழு போத்தலை உள்ளுக்குள் இறக்கிய
வட்டச் செயலாளரின் தொப்பையில்
ஆவியொன்று பற்களைப் பதித்துக் கொண்டிருந்தது
கோடாங்கி அந்த வீட்டு வாசலில் நின்று
எதுவும் சொல்லாமல் சென்றான்
~

அக்கக்கா குருவிகள் வடக்கிலிருந்து தெற்கேகின
ஊரின் கடைசிக் குடிலுக்கு
குறி சொல்லிக் கொண்டிருந்தான் கோடாங்கி
யாருமற்ற அக்குடிலின் பரணிலிருந்து
கீழே குதித்த பூனை மியாவ் என்றபோது
முன்பனி விலகத் தொடங்கியது
~

ஊரை விட்டு வெளியேறியதும்
எல்லையில் சூரேறி நின்ற கோடாங்கி
உடுக்கையின் நாவை அறுத்தான்
பொதுவியல் திணையை இனி என் உடுக்கைப் பாடாதென்று
உடைத்துத் தூக்கியெறிந்தான்
எவ்வழியும் நல்லவர் இல்லா ஊரின் இருளை
அவன் திரும்பிப் பார்க்கவில்லை

~

இரண்டு பருவங்கள்

நம்பிக்கையான பருவம்

கோடையில் மேகங்கள் உடைகின்றன
எக்காலத்துக்கும் பச்சைப் புகழ் செடிகள் நடனமாடுகின்றன
தானியத்தில் துளையிட்ட வண்டை
முத்தமிடுகிறான் சம்சாரி
ஓர் எந்திரம் வந்து வெட்டிப்போடுகிற நிலத்தில்
புழுக்கள் துடிப்பது
மயிலின் தோகையை அசைக்கிறது
வேனிலின் தொலைவு குறைந்துவிட்டதால்
கருஞ்சிவப்பில் பூத்து நிறைகின்றன செங்கொன்றைகள்
மரங்களின் இயல்பில் தாளலயம்
பொய்த்த பருவம் மீண்டும் திரும்புகிறதென்று
பாட்டுக் கட்டுகிறான் பாவலன்

நம்பிக்கைத் துரோகப் பருவம்

முறிந்து சாய்ந்த வாழையில் நூறு பிஞ்சுகளின் குலை
நடுத்தண்டை இறுக்கி அணைத்துக் கொண்ட
சிறிய பச்சை உடல்கள் துடிக்கின்றன
வானின் கருப்பு வண்ணத்தை
அழித்துக் கொண்டிருந்தது காற்று
நிலத்திற்கு காலங்காலமாய் நேர்கின்ற ஏமாற்றம் இது
போன ஜென்மக் கதைகளைப் பேசுவதுபோல்
அடைமழைக் காலத்தைப் பற்றி
நினைவுகூறுகிறார்கள் சம்சாரிகள்
வண்டடித்த தானியங்களின் மாவு ஆவிபோல் பறக்கிறது

~

தானியத்தின் ஆவி

நீங்கள் விதைக்கும் தானியங்கள்
ஏற்கெனவே இறந்து விட்டன
அதை, நிலத்தின் முன் மண்டியிட்டு
உரக்கக் கத்திச் சொல்லுங்கள்
இறந்து போன தானியங்களின் ஆவி
தன் சொந்த நிலத்திலேயே அலையட்டும்
~

அல்லித்தண்டு மணமடிக்கும் மண்

மண்ணெடுத்து எச்சில் சேர்த்து பிசையும்
மலைத்தேன் நிறக் குயத்தியே
இதுதான் நீ வனையும் பானையின் மண்ணா?

இல்லைக் கரிசலாரே!
காண களி மண்ணின் கொழுந்துபோல் இருந்தது
அதன் குணமில்லை;
அல்லித் தண்டை ஒடித்து நுகர்ந்தால்
அடிக்கும் மணமில்லை.

என் ஊரில் இம்மண் இருக்கிறதா?

ஈரம்பட்டால் வெற்றிலையின் மணமடிக்கும்
செம்மண்ணில்தான் நின்று கொண்டிருக்கிறோம்
வரும் வழியில் முயல் மலத்தின் மணம் நுகர்ந்தேன்,
அது சாம்பல் மண்
தூரத்தில் கானலின் அலையடிக்காமல் தெரிகிறதே,
அது வண்டல்
வரிசையாக பனைகள் நிற்கும் அந்நிலம்
அடுத்த ஊரின் பூர்வீகம்
பானை வனைதலுக்கான மண்
இவ்வூரில் இல்லைக் கரிசலாரே!

பானைக்கு மாற்றாக தானியங்களை அளந்துவிடும்
இந்நிலத்தின் சம்சாரிகள் பற்றி நினைவு கூறும்
கதை உன்னிடம் இருக்கிறதா?

கரிசலின் கதையா?
காடையின் மருளும் கண்களைப் போலும்
சின்னஞ்சிறு தானியங்களை விதைக்கும்
இந்நிலத்தின் மாந்தரைப் பற்றிய கதையா?
எசக்காத்து வீசிவீசியடிக்கும் கரிசலாரே!

இந்நிலத்துக்கு வாழ்க்கைப்பட்டு வந்து
சிறுதெய்வமாகிப்போன
நன்செய் நிலப் பெண்கள் பற்றிய கதை வேண்டுமானால்
கொஞ்சம் இருக்கிறது

கரிசல்!
என் தாயாரையெல்லாம்
தெய்வமாக வரிந்து கொண்ட பூமி
அதனால்தான் குழந்தையைப் பொத்திக் காக்கும்
நிறைமாத சூல் வயிறென வனைகிறோம் பானையை.
~

நண்டு

"வயல்களுக்கு கிழடு தட்டி விட்டது
படுக்கையில் விழுந்துவிட்ட கிழவனைப்போல்
நோக்காடோடு முனகுகிறது
தளர்ந்த பறையிலிருந்து எழும் சத்தம்
பனையோலைகளில் கேட்கிறது
வயல்கள் கண்மூடி விடுமோ?"

மூதாயின் குரல் பயத்தில் உடைந்திருந்தது
சுருங்கிய முலைகள் எரிந்து விடுவதைப்போல்
பெருமூச்செறிந்தாள்

"இதற்கடுத்து நல்ல பருவமிருக்கிறது,
மழைக்குச் சாத்தியமுண்டு அம்மை
வயல்கள் மிளிர்வதை நீ காண்பாய்
வண்டலில் விழுந்த கோடுகள்
உனக்கு அச்சத்தைத் தந்துள்ளன
நெஞ்சு தளராதே"
ஆறுதல் சொன்னாள் விடலைப் பேத்தி

"மழைக்குறி உண்டுதான் என்றாலும்
நிலத்தை ஆழ்ந்து பார் குட்டி
நண்டு வளை தூர்ந்த நெடிய வரப்புகள்
மடைப் பள்ளத்தில் நத்தையோடுகள்
வாய்க்காலில் அசரையின் சருகுகள்
நாரையின் இறகு மிதக்காத நிலம்
பல்லுயிர்க்கு நஞ்சூட்டிய கேட்டின் விளைவு
இப்படித்தானிருக்கும்"

தம் கால்களை நிலத்திலிருந்து
பிடுங்கிக் கொண்டதன் கதையை
வறண்ட துயரத்தின் ஒப்பாரியாய்ப் பாடிய கிழவி
உயிரே அறுந்து விடுவதைப்போல் இறுமினாள்

"நண்டு ரசம் வைத்துக் குடித்தால்
உன் எலும்பில் ஒட்டியிருக்கும்
வெள்ளைப் பாசியை நீக்கிவிடலாம் அம்மை
கழனி நீர் பிடித்ததும் நானதை உனக்குத் தருவேன்
நீ கொடுத்த பால் நண்டில் பிழைத்தவள் அல்லவா நான்!"

குமாரத்தியின் கண்கள் நண்டாகின
பாட்டியின் நெஞ்சுக்கூட்டில் நண்டாக ஒடுங்கினாள்
சேற்று வயலாடிய அம்மையின் நினைவுக்குள்
நண்டுகள் ஊர்ந்தன
மார்புக்குழியில் முளைப்பெடுத்த நாற்றுப் பச்சையால்
பால் நண்டை மூடினாள் அவள்

மழைக்குறி பொய்க்கவில்லை.

~

பெருங்கதையாடல்

வயதொத்த குமாரத்திகளின் அழகில் திளைத்த பருவத்தில்
மற்றோர் ஊருடன் என் ஊரை இணைக்கும் ஓடையையும்
ஊரை வளைக்கும் தாழம்பூ நறுமணத்தையும்
மோகித்திருந்தேன்
எதையும் விதைக்காமல்
நிலத்தைக் காயப்போடும் நாட்களில்
கொன்றைப் பூக்களைப்போல் உதிர்ந்து பரவும் வெயிலையும்
மண்ணை மலர்த்தி திறந்து போட்டிருக்கும்போது
புலப்படா பறவைக் கூட்டம்போல்
இறங்கிச் சுற்றும் ஊதக்காற்றையும்
அந்திமக் காலத்தில் இருக்கும் முதியவனைப்போல்
ஒரு பெருங்கதையாடலாய் சேமித்து வைத்தேன்

இப்போதென் கூத்தில், பாட்டில் வெளிப்படுவதனைத்தும்
அந்தக் கதைகளே
விளைந்த கதிர்களைச் சிதறடிக்கும்
கருஞ்சிட்டுக்களைப் போலவே
பச்சைத் தானியங்கள் உதிர உதிர
அறுவடைச் செய்யும் நிலத்தார் நாங்கள்
பருவ மழைக்குப் பிறகு விதைப்புக்கு போகும்போது
எங்கள் பூமி ஏற்கெனவே பயிர் கண்டிருக்கும்

ஏரிழுக்கக் காத்திருக்கும் காளைகளுக்கு
அப்பயிர்களைப் பிடுங்கி தின்னக் கொடுத்துவிட்டு

இறங்கி நிலத்தை முகரும் எம் குடியினர்
அனுபவிக்கும் பேரின்பத்தை
வேறெங்கிலும் கண்டேன் இலன்

விதைத் தானியங்களைக்
கூடைகளில் வைத்துக்கொண்டு உட்கார்ந்திருக்கும்
மாநிற வாளைக் குமரிகளின் சொலவடைக் குறும்புகளில்
காமம் வளர்த்து
ஏர் பிடித்தோமெனில், அந்திக்குள் எம் பூமியைப் பார்க்க
கடலில் இறங்கும் அடிவானம்போல் இருக்கும்.
~

பறவைகளின் நிலம்

உகந்த பருவகாலம் உயிர்ச்சூழலின் விழா
நிலமெங்கும் மஞ்சனத்தி மலர்களின் நறுந்தாது பறக்கிறது
பனை விதைகள் முளைத்திருந்த நீர்ப் பாதைகளில்
செங்கரிசல் கற்கள் ஒளிர்கின்றன

பேடையின் இளஞ்சூட்டு உடலை
இறகில் அலகு நுழைத்து தேய்க்கிறது இணை
காமம் துய்க்க ஆனந்தச் சூழல் தேடுபவை இப்பறவைகள்
முட்டைகள் இடும் நாளில் ஒரு மகாராணியையைப்போல்
நடந்து கொள்ளும் பேடைக்கு முன்
அடிமையையைப்போல் ஆண் பறவைகள் பணிந்து போகும்

இவற்றின் நிலம் அப்பால் எங்கோ இருக்கிறது.
~

நதி வேண்டும்

முன்பு பார்க்கையில் ஒரு மஞ்சள் நிலவு தெரிந்தது
இதோ இப்போது மேற்கே வெறும் சாம்பல் பூத்த
ஆகாயம் மட்டுமே இருக்கிறது
நிலவு என் நதியில் நனைவதற்கு
பெரிய மழைத் தேவைப்படுகிறது
பெரிய வெள்ளப் பெருக்கும் கூட வேண்டும்
நதியில் மிச்சமிருக்கும் மணல்வெளி
காய்கிறது கடுங்கோடையில்.

~

பரவச அனுபவம்

கோடையில் தப்பித்த நீர்ப்பரப்பில் ஓர் இலை விழுந்தபோது
அதிர்வுற்ற நீரிலிருந்து சன்னமான அலைகள் பரவுவதைப்
பார்த்துக் கொண்டிருந்தேன்
கணத்த மௌனமொன்று உடைகையில் கசியும் சப்தம்
கேட்பது போலிருந்தது
இசையின் சாயலிருப்பதாகத் தோன்றியபோது
இலையை விடுத்து, அலையை விடுத்து
ஓர் ஆட்டினைப்போல்
நீர்ப்பரப்பின் வரம்பில் முழங்காலிட்டு
கண்களை மூடிக்கொண்டு தலை மூழ்கினேன்
கிதாரின் கம்பிகள் அதிர்வதுபோல்
நேர்த்தியான இசை கேட்டது
என் முகத்தில் வந்து கொத்திய மீனின் வால் அசைவிற்குள்
வெளிப்பட்ட நடனம்
அந்த இசைக்கான ரசனை உணர்வோ!
~

வேட்டை யுக்தி

உச்சிக் குன்றிலிருந்து
தன் இரையைப் பார்த்தபடியிருந்தது கழுகு
அதன் பசி முற்றிய கண்கள்
வனப்புலியின் கண்களை ஒத்திருந்தன
பாய்மரப் படகில் கட்டப்பட்ட படுதாவைப்போல்
ஆகாயத்தில் தனித்துப் பறக்கையில்
அதன் றெக்கைகள் விரிந்திருப்பதைப் பார்த்திருக்கிறேன்
ஒரு காட்டுவாசியின் விஷம் தடவிய அம்புபோல்
அதன் றெக்கைகள் கூர்மையடைந்ததை
இப்போதுதான் பார்க்கிறேன்
அதி வீச்சோடு தரை நோக்கிப் பாய்ந்த கழுகு
வேட்டுவன் ஓடிய காட்டில்
தன் இரையை உயிருடன் கவ்வித் தூக்கியது
கழுகின் கால்களில் துடித்த இரையைக் காண்கையில
தன்னிச்சையாக வேட்டையாட வேண்டும்போல்
இருந்தது எனக்கு.
~

பேய் மதியம்

பாசனத்துக்குப் போக மீந்திருந்த காட்டுக் குளத்து நீரில்
மீன்கள் எகிறித் துள்ளிக்கொண்டிருந்தன
காடைகள் பதுங்கிக்கொள்ளும் வயற்புற்களின் மறைவில்
ஈரத்துண்டில் சுற்றி தூக்குவாளியை வைத்துவிட்டு
ஈச்சங்காய்களைப் பறித்துக் கொண்டிருந்த நாங்கள் அதை
வெயிலில் சுண்டிய
பனங்காயின் கண்களில் போட்டு வைத்தோம்

நீர் வற்றிய குளத்தின் மேடுகளில்
வறண்டு பெயர்ந்த கறுப்பு மண்
அடிப்பிடித்த கம்மஞ்சோறுபோல் இருந்தது
தண்ணீரில் இறங்கியபோது
பாதங்களை கவ்விச் சுட்டது வெயில்
சேற்றில் அமிழ்ந்து கொண்டிருந்த கால்களில்
தரைப்பரப்பிலிருந்த குளிர்ச்சி ஏறியது

குளத்தின் திடீர் சலனத்தை அறிந்த மீன்கள்
நீரின் திசைகளெங்கிலும் சிதறின
முனி அண்டிக் கொண்டிருப்பதாகக் கூறப்படும்
அரச மரத்தைப் பார்த்தேன்
மீன்களைப் பிடித்து கரையில் போட்டால்
அள்ளிச் சென்றுவிடும் அது
அவ்வெயிலில்
எங்கே தொங்கிக் கொண்டிருந்ததென்று தெரியவில்லை

கவுட்டியில் நுழைந்த குரவையைப் பிடித்து
அதன் கண்களைப் பார்த்தேன்
வெளியைப் பார்த்து அம்மீன் மிரள்வதுபோல் இருந்தது
இடுப்பில் கட்டிய பையில்
நீந்திக் கொண்டிருந்த மீன்களோடு கரையேறியபோது
வயற்புல் மறைவிலிருந்து வெளிப்பட்ட நாரை
குளத்துக்குள் இறங்கியது
குழம்பிய நீர்நிலையில் தலைத்தூக்கி வாய் பிளந்த
மீனொன்றை கொத்திக்கொண்டு
அரச மரத்திலது அமர்ந்தபோது
மரக்கிளையை யாரோ உலுக்குவதைப்போல் இருந்தது
அப்போது நல்ல உச்சி வெயில்.

~

இயைந்த நிலை

அடுத்து வரப்போகும் குளிர்காலத்துக்கான எரிபொருளாக
இப்போது உதிரும் இலைகளையே சேமிக்கிறேன்
ஒடிந்து விழுந்த சின்னஞ்சிறு விறகுகள் தவிர்த்து
மரங்களின் கிளைகளில் கத்தி வைத்துவிடாதவனாக
இந்த இயற்கையின் முன் விசுவாசத்தோடு இருக்கவிடுகிற
சாத்தியங்களை யாசிக்கிறேன்
நிறைய மலர்களோடு வரவிருக்கும் வசந்த காலத்திற்கு
கிளைகளுடன் கூடிய மரங்களை
குளிர் பொறுத்தேனும் விட்டு வைத்திருக்க விரும்புகிறேன்
இயற்கையின் முன் மண்டியிடுபவனாகவே இருந்துவிடுகிறேன்
என் தலைமீது இயற்கையின் பாதமிருக்கட்டும்.

~

சிறிய உயிர்கள்

பூமியைத் திறந்து வைத்துக்கொண்டு
வானத்தைப் பார்த்தபடியிருந்தது ஒரு செடி
உணவுக்குக் கையேந்தும் நிராதரவான குழந்தைகளின்
சின்னஞ்சிறிய கைகளைப்போலிருந்தன அதன் இலைகள்
பருவ காலங்களைத் தொலைத்துவிட்ட நிலத்தில்
நீர்மைக்காகத் தவிக்கும் மண்புழுக்களைப்போல்
அதன் மெல்லிய கிளைகள் காற்றில் ஊர்ந்து கொண்டிருந்தன
ஈன்ற குட்டியைப் பாதுகாப்பான இடத்துக்குக்
கவ்விச் சென்ற விலங்கின் பால் தவிர்த்து
நீர்மையின் துளித் தடமும் இல்லாத நிலத்தில்
இச்செடிக்கான விதை எப்படி வந்திருக்கும்!
அந்தச் செடி
இத்தனைக் கொடிய கோடையைச் சந்திப்பதற்காக
ஏன் பிறக்க வேண்டும்?
இப்படி நம்பிக்கையான வாழ்வளித்து
பின்னர் ஏமாற்றப்படும் துரோகச் செயலை
இச்சிறு உயிர்கள் இன்னும் எத்தனை யுகம்தான்
ஏற்க வேண்டுமோ!
பாவம்! இந்த உலகை நம்பிப் பிறக்கும் சிறிய உயிர்கள்.

~

விடாய்க் கொடிதாக இருக்கிறது

கொடும்பசித் தாங்கி புதரில் பதுங்கியிருக்கும் விலங்கே!
உன்னிடமிருந்து தப்பித்துக் கிடக்கும் இரையைப்போல்
போகுது பார் மேகம்
அது எத்திசையில் ஒண்டுகிறதென்று காண்
கவ்விக் கடித்து அதன் நீர்மைக் குடி
தீப்பிடித்த பெருங்காட்டில்
சூறாவளி நுழைந்துவிட்டதைப்போல்
நிலமெங்கும் சிதறிப் பரவுகிற வெயில்
உன் செந்நாவை வெளியே இழுப்பதற்குள் ஓடு

உயிர் பிழைக்கத் தவித்திடும் புள்ளொன்றை
அருகிருக்கும் காரைப்புதரில் கண்டேன்
புழுவைப்போன்று சிறிய நாவதற்கு
அச்சிறு நாவிற்கான துளி நீர்கூட
இவ்விடம் எங்கிலும் இல்லை

வெக்கையால் தீண்டப்பட்டு
நாக்கு வெளியே தள்ளி இறந்த நாயொன்று
இவ்வூரின் விளிம்பில் கிடக்கிறது
அதன் சதை அழுகி துர்வாடை வீசி
உன் நாசியைத் தொடும் வாய்ப்பில்லை
பூமிக்குள்ளிருந்து நுண்ணுயிர்கள் வருவற்குள்
அந்த நாயின் உடலைப் பொசுக்கி உண்டு விடும் வெயில்

பாலுறுப்பில் நாவினைப் புரட்டி
ஈரப்படுத்திக் கொள்ளும் விலங்கே!
ஒரே பாய்ச்சலில் ஓடி அச் சிறிய மேகத் துண்டைக் கவ்வு
உன் பற்குறிப் பட்டேனும் அது கிழிந்து வழியட்டும்
விடாய்க் கொடிதாக இருக்கிறது.

~

ஓம்புயிர்களின் காடு

காரையின் நெடுமுள்ளை
விஷத்தவளையின் உடலில் செலுத்தி
வெயிலில் பதம் செய்து
தன் எதிரியின் மீது ஊதிவிடுகிறான் பழங்குடி

கருஞ்சிறுத்தையொன்று
மரக்கிளையில் வைத்துப் பிளக்கும் மனித உடல்
பார்ப்பதற்கு காட்டுப் பன்றிபோலிருக்கிறது

சிதறிக் கிடக்கும் சதைகளை நாவால் சுவையறியும் செந்நாய்
இரத்தம் காந்தும் அச் சதைத் துண்டை
புதரில் வைத்து உண்ணும் அகாலத்தில்
விஷத் தவளையின் மூச்சடங்கும் ஓசைக் கேட்கிறது

பல் பதிந்த பெரிய இலை கொண்ட தாவரம்
கருகிச் சுருங்கும் அதே வேளையில்
கிளையொன்றை இறுக்கி முறிக்கிறது பாம்பு

வனத்துக்கு வெளியே கிடந்த எலும்பில்
இன்னும் சிவப்பு குறையாத சதைக்கு
சுற்றி அமர்ந்திருந்த பினந்தின்னிகள்
அந்தப் பிராந்தியத்தை வெறித்தபோது
பாறையொன்றின் முகட்டில் நின்று
அதையே வெறித்துக் கொண்டிருந்து கழுகு

நீங்கள் பார்த்துக் கொண்டிருப்பது ஓம்புயிர்களின் காடு.

~

சாத்தானின் வயல்

அப்போது பருவ மழைப் பெய்யும்
நீருயிர்கள் தேவதைகளாக மாறி தண்ணீரில் நீந்தும்
நீந்துவது என்பது நீரில் பறப்பது
நண்டுகளும் மீன்களும் தவளைகளும் பாம்புகளும்
நீரின் தேவதைகள்

நீர்க்குடிலில் இருந்து நன்செய்க்கு
இடம்பெயர்ந்து செல்வதில்
நண்டுகள் விருப்பமானவை
மீன்கள் ஆழங்களைக் கொண்டாடும்
தவளைகள் சூரியக் குளியல் போடும்
பாம்புகளுக்கு தரை வாழ்வில் போட்டியுண்டு
நத்தைகள் பாவம் கால்களற்றவை
நீரோட்டத்தில் இடம் மாறிப்போகும்
எல்லாம் வாழ்வின் இயல்பு

மேலே நீலமும் சுற்றிலும் பச்சையும்
வளைக்குள் கறுப்பும் வயலில் மஞ்சளும் என
நிறம் பெற்றிருந்த வாழ்க்கை இப்போது இல்லை
எப்போதோ தொலைந்து போனது

நண்டீற நெல் நட்ட நற்காலம் அது
தழைச்சத்தில் பங்கிட்டு கொள்வோம்
கலப்பை மீது வண்ணத்துப் பூச்சி அமர்வதை ரசிப்போம்
நடவுப் பாட்டுக் கேட்போம்
ஏழைக் குடிகளின் உணவாவோம் இல்லையேல்
மட்கி மண்ணுக்கு உரமாவோம்
பொருள் பொதிந்த வாழ்வு அது

ஒருநாள்...
வயல் நீரில் கடும் நாற்றம்; உயிர் நடுங்கும் ஒரு வீச்சம்
வளைக்கு வெளியே ஒப்பாரிப் பாடல்
இறந்த நண்டை ஆழ்ந்து முத்தமிட்டது நாரை
நிலத்தில் எந்திரங்கள் இறங்கின
மனித கால்கள் வரப்புகளில் நின்றன
அவர்களின் கைகளில் நஞ்சுக் கூடை
வருந்திச் சொல்கிறேன் மக்கா
இப்போது இருப்பது சாத்தானின் வயல்
~

ஓநாய் மனிதன்

அங்கே இரண்டு விலங்குகள் பதுங்கியிருக்கின்றன!
இரண்டும் அருகருகே இருக்கின்றனவா?
எதன் கண்கள் எதன் மீது பதிந்துள்ளன?

ஆம், ஒன்று இன்னொன்றின் கண்ணில் படும்
தூர இடைவெளியில்தான் இருக்கின்றன
விலாவில் துடிப்பு அதிகமிருக்கும் ஒன்றின் மீது
நாசியில் விடைப்பு அதிகமிருக்கும்
ஒன்றின் கண்கள் பதிந்துள்ளன

இரண்டும் எதற்காக காத்திருக்கின்றன தெரிகிறதா?
உயிர் பிழைக்க எவ்வளவு வேகமாக
ஓடவேண்டியிருக்குமென்று புரிகிறதா?

உயிர்...
அவற்றின் தொண்டைகளில் இக்கணம் துளையிட்டால்
அவ்வுயிர் பீய்ச்சியடிக்கும்
ஜீவத்துடிப்பை உடலில் தேக்க ஒரு காட்டு வண்டைப்போல்
அவ்விலங்குகள் விசையுற வேண்டும்

தொலைநோக்கியைச் சிறிது நேரம் என்னிடம் கொடு
பாய்ச்சலின் போது பூமியில் அழுந்தும்
அவற்றின் பின்னங் கால்களின் தடத்தை
நான் பார்க்க விரும்புகிறேன்

சரி, வாங்கிக் கொள்! ஆனால்,
அதன் வழியே நீ காட்டைப் பார்க்கத் தேவையில்லை
என்னைப் பார்த்தால் போதும்
என் மூக்கு எப்படி விடைத்திருக்கிறதென்று பார்!
தானாக, உன் விலாவில் துடிப்பு மிகும்

பிறகு...
அக் காட்டில் என்ன நடந்தது?
சதைகள் தீர்ந்த வெறும் விலாக் கூட்டில்
உறைந்தக் குருதிகளைக் கொத்தி
கழுகுகள் விழுங்கிக் கொண்டிருந்தன.
~

உயிர்த்திருக்கும் யுத்தி

ஓநாய்களால் கொல்லப்பட்ட மான்கள்
அழுகி உறைந்துக் கிடந்த மேய்ச்சல் நிலத்தில்
தன் கூடாரத்தை அமைத்தான் அரசன்
அது இளவேனில் காலம்
ஓநாய்கள் தமக்கு பிடித்தமான உணவைத் தேடி
அங்கு வரும் காலம்

சைன்யத்திலிருந்து ஒரு குழுவைத் தேர்வு செய்து
அந்நிலத்தின் திசையொன்றில் கண்காணிக்க வைத்துவிட்டு
மதுக்குப்பியைத் திறந்து இரண்டு சுற்று குடித்திருந்தான்
நிலத்தின் பெரிய உயிர்களாகிய புற்களை
மேய்ந்து கொண்டிருந்த குதிரைகள்
கடிவாளங்கள் பிய்ந்துவிடுவதைப்போல்
மிரண்டு துள்ளுவதைக் கவனித்தவன்,
நூற்றுக்கும் மேற்பட்ட மஞ்சள் கண்கள்
கொளுத்தப்பட்ட தீப்பந்தங்களைப்போல்
தூரத்தில் தெரிந்ததைப் பார்க்கிறான்
அவனது உடலில் உள்ள மயிர்கள்
பனியில் நனைந்த சமவெளி புற்களைப்போல்
சிலிர்த்து நிமிர்ந்தன

தன் படைகளை ஓரிடத்தில் குவியச் செய்தவன்
அடுத்த இலக்கை அடைவதற்கான போர் யுத்தியை
கற்றுக்கொள்ள தயாராகுங்கள் என்று கட்டளையிட்டான்
கூடாரங்களில் எரிந்த நெருப்பை அணைத்துவிட்டு
அனைவரும் இருளில் இருந்தனர்

பனி ஏரியில் புதையுண்டிருந்த இரைகளைத்
தோண்டியெடுத்த ஓநாய்கள்
மிகப்பெரிய யுத்த காலத்தில்
உயிர் பிழைத்திருக்க வேண்டிய அவசியத்தை
கற்றுத் தந்து கொண்டிருந்தன.

~

ஏர் எங்கள் குலக்குறி

'களர் நிலம் எங்கள் பாகமானதற்காக
விதைத் தானியங்களைத் தின்றுவிட மாட்டோம்'

வயலில் தழைகளை மிதிக்கும்போதெல்லாம்
நாங்கள் இந்த வரிகளைப் பாடுகிறோம்.

இது எங்கள் சிறுதெய்வப் பாடல்.
மூன்று தலைமுறைகளாக
இந்தப் பாடலை எடுத்துக்கொண்டு வருகிறோம்.

அதோ வேலியில் பந்தாலித்திருக்கும் ஆனாவை
நுகர்ந்து பழம் தேடும் இளைய குமாரத்திக்கு
இப்பாடலை மெட்டுக்கட்டிய
மூப்பியின் பெயரையே வைத்திருக்கிறோம்.

நிலத்தில் எறும்புக் குழிகள் இருந்ததில்
நிறைவுற்ற அந்தத் தாயின் மனம்
அடுத்தமைந்த ஈரத்திற்கே மண்பழு பிறந்துறும் மண்ணாக
அந்நிலத்தைக் கனவு கண்டது; அதை நனவுமாக்கியது.

நிலத்தடிக்கு மழைப்பொழிவை எடுத்துச்செல்லும்
பனை மரங்கள் இருந்த செங்காட்டுப் புதர்களில்
தழைகளை வெட்டி
தன் ஆம்படையாள் தலையில் தூக்கிவிட்ட
அந்தக் கட்டுடம்பின் வாளிப்பை
தம் நன்செய் நிலம்
பிறகெப்போதும் பெற்றிருந்ததாகக் கூறிய
எம் குடியின் மூத்த கட்டை
வைத்திருந்த 'ஏர்' எங்கள் குலக்குறி.
~

சமநிலை

ஒரே ஒரு மரத்தை வெட்டி அகற்றி விடுவதால்
காடு தன் சமநிலையை இழந்து விடுமா என்ன?
ஒரே ஒரு மரம் தானே
காட்டுக்கு பெரிய இழப்பில்லாமல் வெட்டிக் கொள்கிறேன்
என் புதிய வீட்டின் கதவிலும் சன்னலிலும்
அதைப் பொருத்தும்போது
பறவைகள் கத்தாமல் இருந்தால் போதும்
நான் என் சமநிலையை இழக்காமல் இருப்பேன்.

~

பேரன்பின் சாத்தியங்கள்

கடலின் ஓயாத அலைகளைப் பார்த்தபடியிருந்தது
ஒரு பறவை
அதற்கு உரிமையான காடொன்று
தொலைவில் இருப்பதையும்
அது, நீரில்லாமல் காய்ந்து கொண்டிருப்பதையும்
கடலிடம் சொல்லி கண்ணீர் உகுத்தது

அதன் கண்களில்...
நுரைத்த நீலம், காற்றிலாடும் பாய்மரத்துணி,
கரையொதுங்கிய சிப்பிக்கூடுகள்,
அடிவானில் மறையும் கதிர்,
இறந்த மத்திகள், உப்புக்காற்றில் நலிந்த நாய்,
உள்வாங்கும் ஈரமணல்

கடல் சொன்னது:
"பறவையே! என்னைக் கொத்திக் கொண்டு போ
மரங்களின் இதயத்திற்குள் இறக்கி வை
நன்றிக்குரிய சுவையைப் பெற்றுக்கொண்டு
பேரன்பின் நறுந்தாதைப் பரிசளி"

சப்தமிடும் அலைகளை அச்சத்தோடு நெருங்கியது பறவை
அது தூக்கிச் செல்ல ஏதுவாக
ஒரு தானியத்தைப் போல் கடல் சுருங்கியது

பறவை சமுத்திரத்தின் முன் அழுவதும்
கடல் தானியமாகித் துயர் களைவதும்
பேரன்பின் சாத்தியங்கள்.

~

பச்சை வாழ்க்கை

37

இடிந்து நொறுங்கிய சுவர்கள் கொண்ட வீட்டை
துருவேறிய கதவின் துவாரங்கள் வழியே பார்த்தேன்
ஆயிரக்கணக்கான செடிகள் உள்ளிருந்தன
தரையெங்கும் பச்சை வாழ்க்கை
இங்கிருந்து போனவர்கள்
முடிக்காமல் விட்டுப்போன வாழ்க்கை

எடுத்துக் கட்டி புதுப்பித்துவிடலாம் என்று தோன்றியது
கதவைத் திறந்து உள் சென்றேன்
நிம்மதியாக ஒரு பூ மலர்வதற்கு
போதுமான வெளிச்சம் உள்ளேயிருந்தது
அவ்வீட்டின் பாழ் மெல்ல விலகும் என
ஏனோ உறுதியாக நம்பினேன்.

~

சம்பா

உலர்நிலப் பயிர் வகையைப் போல்
முகத்தில் பருக்கல் கண்டிருந்த ஒருத்தி
சித்திரைக் கோடைக்கு சதைப்பிடிக்கும்
காட்டு வேலத்தின் நிறம் அவளுக்கு
குறைவான ஈரலிப்புக்கு
பச்சைக் கட்டும் கரிசலின் கதகதப்பு மிக்க உடல்

சுண்டிக்கொண்டே வரும் குளத்து நீரில்
எப்போதும் காண முடிகிற நொல்லை மடையானை
சகதியில் நீந்தும் வாளைக் கெண்டை வருத்துவதைப்போல்
வருத்தும் கண்கள்

கிடைப் போட்ட நிலத்திலிருந்து கமழும்
ஆட்டுப் புழுக்கையின் கார்ப்பு மணமும்
பனிப்பூக்கும் தைப்பட்டத்து
கொத்த மல்லியின் இளம்புளிப்பும்
கலந்தடிக்கும் வாசனைக்குரியவள்

பெருந்திணைக் காமம் மட்டுமே வாய்ப்பிருக்கும் வயது
சம்பா மிளகாயைப்போல் உறைப்புக் குறைந்த இளமை
பட்டம் அத்தனையும் தவறிப்போன புன்செய்யவள்

விறகுக் கட்டை இறக்கிப் போடும் ஒவ்வொரு அந்தியிலும்
அடிப்பெருத்த வம்பரங் கையை
மண்வெட்டி பொருத்த எடுத்து வைக்கிறான்
அவள் தகப்பன்.

~

அத்தியாயம் - 2

இது குப்பையில்லை

அரசியல் ஒரு சாக்கடை. இருக்கட்டும், ஒத்துக் கொள்ளலாம். சமூகம்தான் அதற்கு தேவையான குப்பைகளையெல்லாம் கொண்டு போய் கொட்டுகிறது. கவிதை எழுதத் தெரிந்தவனுக்கு சாக்கடையை சுத்தம் செய்யத் தெரியவில்லை என்றாலும் பரவாயில்லை, குப்பையையாவது கொட்டாமல் இருக்கத் தெரிய வேண்டும் என்ற அபயக்குரல் எங்கோ கேட்பதுபோல் உள்ளது.

பொதுக்கழிவறைக்குச் செல்லும் சமூகப் பிரக்ஞை

பொதுக்கழிவறையின் கதவுகள் தாழில்லாமல் இருக்கின்றன
உள்ளே சென்று முக்குபவன் மிகுந்த கூச்சப்படுகிறான்
இந்த அரசை நாறடிக்க அவனுக்கு
அப்போது ஒரு யோசனைப் பிறக்கிறது
மறுநாள் அவன் 50 மில்லி
விளக்கெண்ணையை குடித்துவிட்டு வந்து
கழிவறைக் கதவைத்
தண்ணீர் வாளியால் முட்டுக்கொடுத்துக் கொண்டு
'அரசாங்கத்தை நாறடிக்கும் சமூகப் பிரக்ஞை' என்றபடி
எதிர்வினைச் செய்கிறான்

தேர்தல் நேரம் என்பதால்
கொடி கட்டிக்கொண்டு பறக்கும் மகிழுந்துகளின் சத்தத்தில்
ஓர் அரசப் பயங்கரவாதத்தை யாரும் கண்டுகொள்ளவில்லை

நமது சமூகப் பிரக்ஞை
கழிவறைக் கதவின் ஓட்டை வழியே
இருளும் தேசியத்தைக் கண்டான்.

~

ஆழ்ந்த போதை - பூரண மனச்சிதைவு

பொதுக்கருத்து:

மதுபானக் கடைகள் மூடியிருக்கின்றன
அரசுக்கு இன்று பெருத்த நட்டம்தான்
தேர்தல் விதிமுறைகள் லாபமற்றவை

லகுடப் பாண்டிகளின் லீலை:

குடிப்பதற்கு மது இல்லாத ஊர் தீயது
கட்சிக்கொடிகளை தலைகளில் கட்ட
மனச்சிதைவு வேண்டும்
மறைத்து விற்கும் சாராயம்
பதட்டமான சூழலில் கொதிப்பதால்
அதிகம் போதைத் தரக்கூடியதென்றான்
'ப்ளாக்கில் சரக்கு விற்பவன்'.

தீர்ந்த மதுப்பாட்டிலை உடைத்துச் சிதற வைத்தவனுக்கு
மேலும் ஒரு பாட்டில் கொடுத்து
'மது— ஒரு தேர்தல் பானம்' என்று அவன் முழக்கமிட்டதை
காவலர்கள் திரும்பிப் பார்த்தனர்

அதில் ஒருவன் சொல்கிறான்:

"அந்தக் கடையில் சோடா விற்பவன்
அரசுக்கும் குடிமக்களுக்கும் இடையில்
இரண்டொரு நாள் விழும்
விரிசலைத் தைத்துக் கொண்டிருக்கிறான்

அவன் விற்கும் மதுக்குப்பிகள்
நமக்கென்றும் கொஞ்சம் விலையேற்றப்பட்டவை
காக்கி உடுப்புக்கு அவனிடம்
பயமும் நல்ல மரியாதையும் உள்ளது"

உடைத்த பீர் பாட்டிலை
முத்தமிட்ட கட்சிக்காரன் சொன்னான்:
"கள்ள ஓட்டு என் தலைவனின் ஆணை
வெய்யில் அதிகமாய் அடிப்பதால்
இது எங்களின் பருவ காலம்"

சமூக நோக்கு:

பூரண மனச்சிதைவு; ஆழ்ந்த போதை
நடக்கவிருக்கும் கலவரம்
இப்பூமியின் வேனிற்காலத் திருவிழா
காட்டுமிராண்டித்தனமென்று சொல்வதால்
ஒரு பயனுமில்லை.

~

கனவு கண்ட கூத்தாடி

நானொரு மேய்ப்பன்; ஆடுகள் நூறு கொண்ட கீதாரி
நீர் வரத்து குறையாத ஆற்றின் தலைப்பில் உள்ளது
என் சிற்றூர்
யாவருக்கும் உண்டிங்கு விளை நிலம்
மீதமுள்ள பெரும்பகுதி புல்வெளிகள்

அடேய்... கட்டியங்காரா! என்ன சொல்ல வருகிறாய்?

நியாயமாரே! கேளுங்கள்...
நான் பிணி,மூப்பு,வறுமையற்ற நாட்டின் குடிமகன்
என் நிலத்தின் வளம் கூற வந்தேன்

வளமா? எந்தக் காலத்தில் இருக்கிறாயடா மூடா!
மலைமேல் காடில்லை, காட்டில் நதியில்லை,
நதியில் மணல் இல்லை
நாடாம் நாடு! அதன் எலும்பில் பசையில்லை;
அது பிழைக்க வழியில்லை
நிலத்திலும் பிணி; நீரிலும் பிணி;உணவிலும் பிணி;
உயிரிலும் பிணி
ஐயகோ! வளம் கூற வந்தானாம் பித்தன்!

நிலம் வளம் புலம் களம்...
எதுகைச் சிறப்பாயிருக்கிறது

நான் கண்டது வளமிகுந்த என் நாட்டையில்லையா?

கண்ணைத் திறந்து பாரடா... கபோதி.

~

சகோதரக் கோடு

துப்பாக்கியை உயர்த்தி
"சுட்டு விடுவேன், கைகளை தூக்கிக்கொள்"
என்றான் அந்த சிப்பாய்
முகம் மலர அவனை நெருங்கிய நான்
அந்தத் துப்பாக்கியின் துளையை முத்தமிட்டேன்
என்ன நினைத்தானோ அவன்
என்னை ஆரத் தழுவிக்கொண்டான்
அவன் கைகளிலிருந்து நழுவி கீழே விழுந்த ஒன்றை
துப்பாக்கியென்று சொல்வதற்கில்லை
என் தோள்களை இறுகப் பற்றி
"நாம் சகோதரர்கள் தானே" என்றான்
"ஆம் சகோதரா. ஆனால்,
நம் மதங்களும் அரசாங்கமும் நம்மை
எதிரெதிரே நிற்க வைத்திருக்கின்றன" என்றேன்
என் அன்பு இளவல் சொன்னான்:
"சகோதரா... கொஞ்சம் விலகேன்
இந்த அரசாங்கத்தின் நெற்றிப்பொட்டில்
ஒரு குண்டைப் பாய்ச்சுகிறேன்"
நான் சொன்னேன்:
"மிச்சக் குண்டுகளை மதத்தின் குண்டியில் பாய்ச்சடா தம்பி"
~

ரப்பர் எலும்புகள்

நீயென்றால் எனக்கு துச்சம்
நான் காலால் எத்தி விளையாடக் கிடைத்த
நீயொரு கருப்பு பந்து
மைதானத்தின் எல்லைத் தாண்டி
ஒரு பந்தை உதைத்துப் பறக்கவிட்டால்
ஆயிரம் பேர் கைத்தட்டுவார்கள்

பண்ணைத் தொழிலாளியே நன்றாகக் குனிந்து நில்
இடுப்பு வளைந்து;
கால்கள் தொடைக்குள் நுழைவதைப்போல்
இன்னும் உடலைக் குறுக்கு;
நீயொன்றும் ஒடிந்துவிட மாட்டாயென்று தெரியும்

உனக்கு மிருதுவான முதுகெலும்பு
உன்னுடலின் எல்லா பாகமும் சிறப்பாக வளைகிறது
உன் கூட்டத்தில் பலரும் சிறந்த ரப்பர்கள்
அந்த கருப்பு திராட்சை போன்ற பெண்ணின்
இடுப்பு இருக்கிறதே
அதுபோல் பின் பக்கம் வளையும் ஒன்றை
நான் பார்த்ததில்லை
பயத்தில் அது இறுகிப் போகும்போது
நான் கூடுதல் வலிமையைப் பெற வேண்டியிருக்கிறது
நீயொரு கால் பந்தென்றால் அவளொரு கைப்பந்து
என் தோட்டத்தில் விளையும்
முட்டைக்கோசின் தோல்களைத் தின்னும்
வெண் பன்றியின் செழிப்பு அவளுக்கு

என் விருப்பத்துக்குரிய பண்ணைத் தொழிலாளியே
இப்போது நீ பந்தாகி விட்டாய்
மைதானத்தைத் தாண்டிப்போய் விழுந்து கேட்டுப்பார்
கைத்தட்டல் கேட்கும்
ஓர் எஜமானனாய் இருப்பதன் பெருமிதம் புரியும்

என் அடிமைகளில் முக்கியத்துவம் வாய்ந்தவன் நீ
என்னுடைய நூறு ஏக்கர் நிலம்
அதிக விளைச்சலைக் கண்டால்
எவ்வளவு மகிழ்ச்சியாக இருப்பேனோ
அதைவிட அதிகமாய் மகிழ்கிறேன்
நீயெனது இஷ்டமான துச்சம்

அடிமை நினைத்தான்:

'இந்த நிலக்கிழான் ஒரு நாயைப்போல் இருக்கிறான்
இவன் வீட்டில் கறுப்புக் குழந்தைப் பிறக்கும்போது
அதிகம் குரைத்தே நுரைத்தள்ளி இறந்துவிடுவான்'
~

மூன்று மேற்கோள்கள்

"ஒரேயொரு தானியத்தின் மீதும்
பறவை தன் காதலை வெளிப்படுத்தும்
மனிதனுக்குத்தான்
மிகப்பெரிய விளைச்சல் தேவைப்படுகிறது "

"வசந்தம் மௌனமாகிவிட்டால்
ஆயிரம் புதிய மலர்கள் திறந்தாலும்
பூமியில் துளியும் அழகிருக்காது"

"பறவைகளின் குரல் இல்லாத பெரும்பொழுது
திணைத்துயரம் மற்றும் பருவ சோகம்
வறிய நிலங்கள் இதனால்தான் அதிகரிக்கின்றன"
~

கோமாளி

எவ்வளவு கொடிய
மிருகமாக வேண்டுமானாலும் இருக்கட்டும்
அதைப்பற்றி பயமில்லை
என்னிடம் மட்டும் இப்போது
சாட்டைக்கு அஞ்சி சாகசம் செய்யும்
பயிற்சி பெற்ற சிங்கம் கிடைத்தால்
அதன்மேல் அமர்ந்து அதன் பிடரியைப் பிடித்து
சவாரி செய்து பார்த்து விடுவேன்
ஆமாம், என்னிடமிருப்பது முரட்டு துணிச்சல்.

~

சிமெண்ட் நகரம் என்னும் பெருமை பீத்த நாரி ஊர்

ஒரு லாரியால் பூமிக்குள் நுழைய முடியுமா?
முடியாது! நாங்கள் பார்த்ததில்லை!
அதெல்லாம் நடக்கக் கூடிய காரியமில்லை என்பவர்கள்

ஒருகாலத்தில் டைனோஸர்கள் வாழ்ந்த
சதுப்புநில பூமியாம்
அதன் முட்டைகள் அங்கு கிடைத்திருக்கிறதாம்
மரங்களைக் கல்லாக சமைக்கும்
மாயாஜாலம் நடக்கும் இடமாம்
கறுப்பு வைரமும் இப்போது கண்டுபிடிக்கப்பட்டிருக்கிறதாம்
தம் நிலங்களில் இருந்தது வெறும் சுண்ணாம்புக்கல்,
அதனைப்போய் புதையலைத் தோண்டுவதைப்போல்
தோண்டுகிறார்களே என்று
கேலியாக வேடிக்கைப் பார்க்கும்
கோமாளிகள் இருக்கும் ஊராம்
பூமிக்கு உள்ளே பணம் காய்க்கிறது
ஆனால்,
வெளியே ஒரு பயித்தங்காய் கூட காய்க்காத நிலமாம்

இப்படி ஏதாவது ஓர் அடையாளத்தைக் கூறி
எங்கள் ஊருக்கு வாருங்கள்
ஒரு லாரி பூமிக்குள் நுழைந்து
வெளியேறுவதைப் பார்த்து ரசிக்கலாம்

கவனம்...
உங்கள் ஊரிலிருந்தே உணவு, தண்ணீர் முதலான
உயிர் வாழ ஆதாரமானவற்றை எடுத்து வந்துவிடுங்கள்
குறிப்பாக ஒரு செய்தி
ஒரு திமிங்கிலம் கடலுக்கு வெளியே பாய்ந்து
தேவையான அளவுக்கு சுவாசித்துச் செல்வதைப்போல்
உங்கள் ஊரிலேயே வேண்டிய அளவுக்கு
சுவாசத்தை சேர்த்துக் கொள்ளுங்கள்
இங்கு, அது மிக விலையுயர்ந்த ஒன்று.
~

மத்தேயு - 5 28 ~ அத்தியிலை

"காம இச்சையோடு பெண்ணை நோக்கும்
எந்த மனிதனும் அவளோடு மனதில்
விபச்சாரம் செய்தவனாகிறான்"

"இந்த வசனத்தை
இன்று சொல்லியிருக்கக் கூடாது ஃபாதர்!"

"ஆம் மகனே! இன்று சொல்லியிருக்கக் கூடாதுதான்
திருச்சபைக்கு வந்தவர்களில்
ஒரு பெண்ணும் அம்மணமாய் இல்லை!"

"விவிலியத்தின் புனித வசனம் மிகுந்த கசப்பானது,
இதை அப்படியே பருக வேண்டிய நிர்ப்பந்தத்தை
யாருக்கும் விதிக்க முடியாது ஃபாதர்!"

"ஆம் மகனே! சிற்பங்களின் இனப்பெருக்க உறுப்புகளை
மறைத்து வைத்திருக்கும் அத்தி இலையை
விலக்கிப் பார்க்கும் ஒரு காமுகன்
இதைப் புனித விதியென்று நினைப்பதில்லை!"

"பரதேசிகளின் எச்சில் பட்ட கஞ்சாவைப் பிடுங்கி
தன் நரம்புகளை மயக்கிக் கொள்பவனுக்கு
இதன் மூலம் என்ன சொல்ல விரும்புகிறீர்கள் ஃபாதர்!"

"ஏவாள் அந்த இலைக்குப் பின்
இன்னும் கொஞ்ச நேரம் ஒளிந்திருக்கட்டும் மகனே!"
~

தமிழ்க் காளை

ஓர் ஊரில், ஒரு சம்சாரியிடம் ஒரு காளை வளர்கிறது
அதற்கு இரண்டு கூரிய கொம்புகள் உண்டு
திமிர்த்த திமிலுண்டு; சீறி முறைக்கும் சுபாவம் உண்டு
மண்ணை உதைத்து புழுதி கிளப்பும்
வலிய இரண்டு பின்னங் கால்கள் உண்டு
சுழன்று விசிறும் வாள்போல் வாலுண்டு
ஆயிரம் பசுக்களைத் தாயாக்கும் ஆண்மையுண்டு
யோகியின் அந்தரங்க சுத்தியைப்போல்
அத்தனை அடக்கத்துடன் கூடிய விருத்திப் புலன் உண்டு

வென்றால் ஏறுக்கும், தோற்றால் ஏருக்கும்
தன்னை ஒப்புக் கொடுக்கும் பெருமையுடைத்து
இத்தனைச் சிறப்பிருக்கும் இக் காளைக்கு
ஓர் அடையாளம் இருக்கிறது
நீங்கள் நினைப்பீர்கள்...
அதன் சுழியை வைத்து
அதன் நிறத்தை வைத்து
அதன் பற்களை வைத்து
அதன் கொம்பை வைத்து
சொல்லப்படும் அடையாளமென்று
ஆனால், அதுவன்று
இந்தக் காளை, செழித்த நிலமொன்றில்
செம்மாந்த இனமொன்றில் பிறந்ததுதான்
ஆனால், பாவம்
இதற்கிருக்கும் சமூக அடையாளம் இதனுடையது அல்ல
இதை வளர்ப்பவனுடையது.

~

அரசுக்கு எதிரான இயற்கை உபாதை

"நீ தேசத்துரோகிதானே?"

"நாட்டின் மீது அளவற்ற காதல் கொண்டிருப்பவனை
அவமானப்படுத்தும் கேள்வி இது"

"நீ தேசத்துக்கு எதிரானவன்தான்
அதில் எந்த சந்தேகமும் இல்லை"

"எப்படி உறுதியாகச் சொல்கிறாய்?"

"உன் கவிதைகளில் ஓர் எதிர்ப்புணர்வு
இருந்துகொண்டே இருக்கிறது
குறிப்பாக— அரசின் மீதும், மதத்தின் மீதும்"

"அதனாலென்ன! என் அரசியலைப் பேச
என்னிடமிருக்கும் கருவி அது
மேலும், அரசும் மதமும்
எந்தக் கேள்விக்கும் இடமற்றது அல்ல"

"உனக்கு அரசியல் பேச வேண்டிய தேவை என்ன?
நீதான் இரண்டு வேளைச் சாப்பிடுகிறாய்
மற்றும், வழிபட உனக்கு தெய்வமிருக்கிறது"

"தெய்வம்! ஹ... சிரிப்பு வருகிறது
மரத்தடியில் ஜோசியம் பார்த்தவனின்
கோவணத்துணியை சிவப்பாக்கியதும்
கோடிக்கணக்கான முட்டாள்கள்
அதைக் கண்ணில் ஒத்திக் கொள்கிறார்கள்
அதுவொரு மயக்க வஸ்து;
நான் அதைவிட்டு வெகுநாளாயிற்று
நான் இப்போது மீதமிருக்கும் பசிக்காகக் கோபப்படுகிறேன்"

"நீ ஆபத்தானவன்"

"ஆமாம், நான் ஆபத்தானவன்"

"என்ன செய்ய திட்டம் போட்டு வைத்திருக்கிறாய்"

"இந்த நாட்டிலிருந்து வெளியேறி
உங்களைப் பார்த்தபடி சிறுநீர் கழிக்கப் போகிறேன்"

~

கடுப்பேத்தும் கவிதை

வித்தியாசமான ரசனை நண்பா
கடும் பனிப்பொழிவில்
பியர் குடிப்பதென்பதெல்லாம் கொஞ்சம் ஓவர்
முதுகுத்தண்டிலிருந்து இலைகள்
உதிர்வது போலிருக்கும் என்றாயே
அந்த அனுபவத்துக்காகத்தான் இந்த டின் பியர்களுக்கு
அப்சரஸ்கள் என்று பெயர் சூட்டி
அருந்திக் கொண்டிருக்கிறேன்

நண்பா! மட்டை வெய்யிலில் நின்று கொண்டு
நுரையீரலைச் சுட்டுக் கொல்லும் காமத்தை
ஒரு சிகரெட்டில் உணர்வதில்லையா
அதுபோலத்தான் பனியும் குளிர்ந்த பியரும் வாய்ப்பது

ஹேய், என் முதுகில் பாம்பு ஏறுவதுபோல் இருக்கிறது

அப்படியே விடு, அந்தப் பாம்பு
உச்சந்தலையில் போய் கொத்தட்டும்
சொர்க்கத்தில் ஆயிரம் கோடி பறவைகள்
இருப்பதைப் பார்க்கலாம்

நண்பா! எனக்குப் பயங்கரமாக சிறுநீர் முட்டுகிறது
நான் இப்போது எந்த உலகத்தில் இருக்கிறேன்

நண்பா! சொர்க்கத்தை நெருங்கிக் கொண்டிருக்கிறாய்
கொஞ்சம் மூத்திரத்தை அடக்கு

நண்பா...ண்பா...பா...வ்வேவ்...

அட என்ன நண்பா, இப்படி சொந்த நாட்டின் மீதே
வாந்தியெடுத்து வைத்துவிட்டாய்
ஏய்... ஏய்... என்ன செய்கிறாய்!
மூத்திரம் பெய்து நாட்டின்
இறையாண்மையைக் கெடுத்துவிட்டாயே

கடுப்பேத்தாதே நண்பா!.
எனக்கே 'கிக்' குறைந்து கொண்டே வருகிறது.
~

குற்றமும் தண்டனையும்

குற்றம் செய்ய ஒரு காரணமும் தேவையில்லாத
சைக்கோ தங்கியிருந்த தனிச்சிறையில்
சந்தேகத்தின் பேரில் கைது செய்யப்பட்ட
அப்பாவியை அடைத்து வைத்தார்கள்
அந்த அறையின் கறைபடிந்த சுவர்களில்
எழுதப்பட்டிருந்த சைக்கோவின் நாட்குறிப்புகளை
அவன் பொழுது போக்காகப் படிக்கத் தொடங்கினான்

பெரும்பாலும் சைக்கோ
கொலைகள் மட்டுமே செய்திருந்தவனாக இருந்தான்
'யாரைக் கொல்ல வேண்டும்
என்றெல்லாம் திட்டமிடுவதில்லை,
எப்படிக் கொல்ல வேண்டும் என்பதற்காக
நிறைய திட்டமிடுவேன்' என்ற
சைக்கோவின் வரிகள்
அபாரமானவையாக அவனுக்குத் தோன்றியது

ஒவ்வொரு கொலைக்குப் பிறகும்
மிகுந்த ஈடுபாட்டோடு பாலுறவு கொள்ள முடிகிறதென்றும்
துடித்தடங்கும் உடலின் கடைசி அதிர்வைப்போல்
இச்சையின் முடிவில் உச்சம் கிடைக்கிறதென்றும்
அதிர்வை ஏற்படுத்திய வரிகள்
அந்த தனிச்சிறையின் சுவரை உக்கிரமாக்கின

தண்டனைக் காலத்தில் வாசித்த
வேறெந்த புத்தகத்தை விடவும்
அந்த சைக்கோவின் சுவர் குறிப்புகள்
மிகுந்த வாசிப்பனுபவத்தைத் தந்தன

குற்றம் செய்தவனாகத் தீர்மானித்து
அவனுக்கு வழங்கப்பட்ட உயர்ந்தபட்ச தண்டனை
பனிப்பொழிவு மிக்க அதிகாலையொன்றில்
நிறைவேற்றப்படுவதற்கு முன்பு

அவனது கடைசி விருப்பத்தைக் கேட்டறிந்தவர்கள்
உண்மையிலேயே அதிர்ச்சியடைந்தனர்

அவன் விருப்பம் கீழ்க்கண்டது:
'ஒரு கொலைக்கான முன் தயாரிப்புகள்
என்னிடம் உள்ளன
அதை சாத்தியப்படுத்த விரும்புகிறேன்.
என் பெண் தோழி
என்னை ஆண்மையுள்ளவனாக அங்கீகரிக்க வேண்டும்.'
~

அத்தியாயம் - 3

அகப்பொருள் கவர்தல்

மூங்கிலில் நூற்றுக்கணக்கான கணுக்குள் இருந்தாலும் வண்டு வெகு இயல்பாக துளையிட்டுச் செல்லும். வண்டு அப்படிப் போவதால்தான் பிறகு காற்று நுழைகிறது. நல்ல இசை பிறக்கிறது. வாழ்க்கையில் இப்படி ரசவாதங்களை ஏற்படுத்தக்கூடியது காதல்.

காதலின் விதை நெல்

மப்புக் கட்டிய விசும்பின் உடைவுக்குப் பின்
நீர்த்தன்மை ஊறித் தேங்கிய வண்டலின்
சாயலுடைத்ததென் வளரிளம் பருவம்
என்னிலும் இளைய குமாரத்தியின் நாணமடர்ந்த பார்வை
மகசூல் கூட்டும் உயர் ரக விதை நெல்லென
என்னுள் விழுந்தது
முளைகட்டிக் காதல் வெளிப்பட்டபோது
தனிபாத்தி அமைத்து என் பருவத்தில் விதைத்தேன்

பாம்பின் நாவினைப்போல்
இரண்டு கூரிய பயிரிழைகள் தலைக்காட்டியபோது
என் பொாத்த உயிர்ப்புலமும்
வெளிச்சம் கொண்டது நிகரற்ற சிலிர்ப்பு
என் பாத்தியெங்கும் வெளிர்ப் பச்சை நிரம்பியபோது
நண்டென ஊறத் தொடங்கிவிட்டது
அவள் நமட்டுச் சிரிப்பும் எக்காளப் பேச்சும்

நடவுக்குத் தயாராக்கிக் கொண்டிருந்தேன்
என் நன்செய் காமத்தை
நிலமும் பொழுதும் கூடிவந்த நாளொன்றில்
ஒத்தையாய் நாற்றறித்து நடவிட்டுச் சென்றாள்
இப்போதென் காதல் பசேலென்றுள்ளது
பேரன்பின் மடை திறந்து பாய்ச்சிக்கொண்டிருக்கிறேன்

பால் கட்டும் பருவம் அருகில் வந்துவிட்டது
கடித்து பதம் கண்ட பாதகத்தி
அறுவடைக்குத் தயாராகிவிட்டாய் அறிவித்துவிட்டாள்
அவள் கொடுத்த அந்த விதை நெல்லை
அதிலிருந்து கண்டுபிடிக்க வேண்டும் நான்.

~

முள் நீக்கிய முருங்கைக்காய்

பச்சை மீன் வாசனையூறிக்கிடந்த தெருவில்
பூனையென உருமாறி எனக்கு முன்
தாவிக்கொண்டிருந்ததென் நிழல்
மீன் அலசிய நீரை வாசலில்
ஊற்றியிருந்த உன் வீட்டைக் கடந்தபோது
கொதிக்கத் தொடங்கியிருந்த குழம்புச் சுவைக்கு
உள் நாக்கை இடித்துக்கொண்டு உமினி இறங்கியது
இறைந்திருந்த கெண்டைச் செதில்கள்
ஊறவைத்த அவுலைப்போல்
மின்னிக் கொண்டிருந்ததைப்
பார்த்துக்கொண்டே போனபோது
பனையோலை மறைவில் நீ குளித்துக்கொண்டிருந்தாய்
பனிமூட்டம் மாதிரி பரவிய ஆவியில்
மஞ்சள் கிழங்கின் வாசனைக் கலந்திருந்தது
நெல்லுக்கு களை பறிக்க ஆள் கூப்பிட வந்தவனாய்
அடுத்த வீட்டு வாசலில் நின்றிருந்த என்மேல்
வரத்து நீர் அதிகரித்த கண்மாயில்
மீன்கள் எகிறிப் பாய்வதைப்போல்
பாய்ந்தன உன் கண்கள்
வலை நிறைய மீனோடு வீட்டுக்குப் போனேன்
அன்றிரவு நானுண்ட சோற்றில்
ஊற்றப்பட்ட பருப்பு சாம்பாரில்
செதில் நீக்கிய முருங்கைக்காய்கள் மிதந்தன
முள்ளெடுத்துவிட்டு அக்காய்களை
உண்டுவிட்டுப் படுத்தேன்
கடும்புனல் கண்டதென் காமம்.

~

காய் கொடு பனையே

சளி உறைந்த நெஞ்சில் தளர்ந்த பறைச் சத்தம்
'உயிர்ப்பித்துக் கொடு' என இறைஞ்சும் கண்கள்
நெஞ்சை உடைக்கின்றன தாரமே

உலர்ந்த வயல்களில் ஈரம் கட்டும் வரைக்கும்
காற்றுக்கு உயிர் பிடித்துக் கிடந்துவிடு
என் காய்ந்த கத்தாழையே
இன்னும் சில காலம் காய் கொடு பனையே
நீ நிற்கும் சிறு நிலம் நான்

புஞ்சைக் கதிர்களை தனியளாய்
களம் சேர்க்கும் ரெட்டைநாடிப் பெண்டே
இந்தக் கிழவனுக்கிருப்பது வெறும் குழுவிக்கல் பலம்
உன் உயிர் கெட்டியடி கிழச்சிறுக்கி
அம்மியில் துரு பிடிக்குமா?

நீ அரைத்த மிளகுக்கு இருக்கும் காரம்
உனக்கும் இருந்ததால்
இத்தனைக் காலம் நான் உறைத்துக் கிடந்தேன்
அவித்துக் கொட்டிய மொச்சையைப்போல்
மணத்துக் கிடப்பவளே
அடைமழைக்கு நிலம் நழுத்து
சேற்று வயலெங்கும் குருகு பறக்கும்
வரப்புகளில் சினை நண்டு குழி பறிக்கும்
உன் எலும்பில் பிடித்துள்ள
வெள்ளைப்பாசியை நீக்குவேனடி கண்ணம்மா.

~

போக வித்தையை வாசிப்பவன்

கண்மாயில் நீர் பாயும் சத்தம் அடங்காத மழையிரவில்
போர்த்தியும் போகா குளிர்ப் பொறுத்து
நார் கட்டில் முறிய புரள்கிறதென் தேகம்
தீண்டா நெடுந்தொலைவில் எரிகிறதுன் கணப்படுப்பு
நடுங்கும் இக்குளிரில் உன் சருகலத்தில் கங்கெடுத்து
என் தேகக்கட்டில் இருக்கும்
வேகா விறகைப் பற்ற வைக்கத் துடிக்கிறேன்
அணல் தாவ எரியும் என் காமத்தின் முன்
ஆண்டாண்டு கால போக வித்தையை
வண்ணத்துப்பூச்சியின் சிறகென
மூடித்திறக்கும் கண்ணால் நடத்து
உன் பயிற்றுவிப்பில் பின்னர் நான்
தேர்ந்த சுகவாசியென அறியப்படுவேன்.

~

இனிக்கும் பழம்

பிஞ்சு வைத்துவிட்ட மாந்தோப்புக்குள்
கயிற்றுக் கட்டிலைப் போட்டு
படுக்கத் தொடங்கி விட்ட அப்பனுக்கு
மதிய சோறு எடுத்து வந்த உன்னிடம்
எனக்கு ரெண்டு காய் கிடைக்குமா என்ற
விளையாட்டில் தொடங்கியது நம் காதல்
காயிலேயே லேசாக இனிக்கும் வகையுடைத்து
உன் தோப்பு மாங்காய்கள்
கசந்து பின் இனிக்கத்தொடங்கிவிட்ட
நம் இயற்கைப் புணர்ச்சியின் பரிசுப்பொருளாய்
உண்ணும் பதத்திற்கு வந்திருந்த மாங்காய்களை
எனக்களிக்கத் தொடங்கினாய்
நீ எச்சில் படுத்திக் கொடுக்கும் காய்களை
பழமெனவே உண்டுப் பழகினேன்
மரத்திலேயே சிவந்துத் தொங்கிய காய்களைப்
பறிக்க வந்த கூலியாட்களில் ஒருத்தனாக
உன் தோட்டத்தில் ஒருநாள் நின்றபோது
முன்னமே ருசி பார்த்திருந்த
என் உள் நாக்கு ஊறத்தொடங்கியது
தின்று விடுவதுபோல் நான் பார்க்க
ஈறுக்கடியில் ஊறிய உமிழ்நீர் விழுங்கி நின்றிருந்தாய் நீ
காற்றடி காலத்தில் உதிர்ந்த பிஞ்சுகளை
ஊறுகாய் போட்டு வைத்திருந்து
வெஞ்சனமாய் எடுத்து வந்திருந்தாய்
சாப்பாடு போட்டு கூலி கொடுக்கும்
உன் தகப்பனின் பெருமிதம்
உனக்கும் வாய்த்திருந்தது.

~

வெளிச்சக் கெண்டை

அண்ணாத்த ஒரு சுருட்டு மோகி
புகைத்துக் கருகிய விலாச் சதையின் தீய்ந்த நாற்றம்
தோல் பதனிடும் ஆலைக் கழிவின் நெடியோடு
இறுமும்போது வெளியேறும்

பஜாரில் நிற்கும் அவரது கை ரிக்ஷாவில்
முழு உடம்பையும் கோணியால் மூடிக்கொண்டு
ஒவ்வொரு இரவும் தூங்கும் பைத்தியக்காரி
சளி படர்ந்த எலும்புகள் மீது
காதல் கொண்டவளாக இருந்தாள்

நசிந்த பலகைப் போலிருக்கும் நெஞ்சுக் கூட்டிலிருந்து
ஆழ்ந்த உயிர் வாதைக்குப் பின்
திரண்ட கெட்டித் திரவத்தை உமிழ்ந்தபோது
ஓடி வந்து கையிலேந்தி
தன் அடிவயிற்றில் தடவிக் கொண்டாள் ஒருநாள்
அதைக் கண்ணுற்றவர்
தன் மொத்த எலும்புகளையும்
கரைத்துக் கொள்ளத் தொடங்கினார்

கறி உதிர்ந்த முகத்தில் துருத்திய எலும்புகளுக்கிடையில்
பாறையில் தேங்கிய ரகசிய சுனையை
அருந்தும் பாவனையோடு
ஆழ்ந்து முத்தமிடும் பைத்தியக்காரியை
வெண்ணிற இரவொன்றில் துய்த்தார்

வெளிச்சக் கெண்டைத் துள்ளுவதைப்போல்
அவள் துள்ளினாள்
ரத்த வாடையை மிருகம் முகர்வதைப்போல்
சுருட்டு வாடையை முகர்ந்தாள்

அந்த நாளுக்குப் பிறகு அவளை
அங்கு யாருமே பார்க்கவில்லை
தன் எலும்புகள் முழுவதையும் கெட்டிச் சளியாக்கிக்கொண்டு
அவளைத் தேடியலைகிறார் அண்ணாத்த.
~

காதல் பறவைகள்

காதல் ஓர் அற்புதமான வேண்டுதல்
வசந்த காலத்தைத் தேர்வு செய்யும் பறவைகள்
தன் இணையின் முன் மன்றாடிப் பெறும் அன்பை
வேண்டுதலின் பலனாகக் கொண்டாடுகின்றன

நீலக் கடற்பரப்பின் மேலாக நடனமாடும் பறவைகள்
கவர்ந்திழுக்கும் இணையை ஆரத் தழுவி மகிழ்கின்றன
மரக்கொம்பில் தலை கீழாகத் தொங்கும்
புளூபேர்ட்ஸ் பறவைகளின் காதல்தான்
ஆஸ்திரேலியக் காடுகளில்
அடிக்கடி தீயைப் பற்ற வைக்கிறது

சுவை மிக்க விதைகளை சேகரித்து வரும்
கர்த்தினால் பறவை
ஒவ்வொன்றாக தன் இணையின்
வாயில் வைத்து ஊட்டிவிடும்போது
அந்தப் பருவ காலத்திற்கான பூச்சொறியும் காடுகள்
அவற்றின் வயிற்றில் துளிர்க்கின்றன

ஆற்றின் கரைகளில் தவமிருக்கும் பறவைகள்
காதலால் துன்புறுபவை
ஒரேயொரு மீன் கிடைத்தாலும்
அதன் துன்பம் நீங்கி இன்பம் கூடும்

மரத்தைக் கொத்திக் கொத்தி
தன் காமத்தை எழுதும் மரங்கொத்தி
கவர்ந்த தன் வசீகரப் பேடையை
அம்மரத்தின் பொந்தில் வைத்து சல்லாபிக்கும்

மலர்களாலும் பழங்களாலும் கூடுகள் செய்யும்
ஃபோவர் பறவை
இனிப்பும் நறுமணமும் கூடிய கூட்டில் வைத்து
இணையைக் கூடும்போது
வசந்தம் இன்னொரு பருவத்தைக்
கடனாகப் பெற்று நீள்கிறது
என் அன்பே
இந்த உலகம் அற்புதமான காதலால் ஆனதாக இருக்கிறது.
~

யாத்தே! சருகலம் ஆடுதே

உறைந்த சளி உண்டது போக
நெஞ்செலும்பில் ஒட்டியிருக்கும்
மிச்சக்கறியைக் கவ்விப் பிடுங்குதடி
'யாத்தே, என் சருகலம் ஆடுதே' என்னும் உன் கேவல்

ஈரத்தில் அகப்பட்ட தானியத்தைப்போல்
நிராதரவாய் முளைகட்டிக் கிடப்பவளே
மண்ணுக்கு வெளியே காய்க்காமல்
உள்ளே விளையும் கிழங்காய்
உன் காமத்தைப் பாதுகாத்துக் கொள்

உன் முத்தத்துக்கு தூதுவளைப் பூவின் குணம்
என் எலும்பில் படும் உன் வாய் நீரில்
மீண்டும் கறிப்பிடித்து கொழுத்து வருவேனடி

நேர்ந்துவிட்ட கெடாயின் மூர்க்கத்துக்கு
சினைப்பிடித்த கொறாவின் முலை
சிவந்து பால் கசியும் பருவத்துக்குள் உடம்பு தேறிவிடுவேன்
அப்போது வைப்பேனடி பறையதிர முகூர்த்தம்.

~

தலைவன் தன் ஆற்றாமையுரைத்தது

மச்சி வீடொான்றின் தாழ்வாரத்தில்
பெண்டுகளோடு நின்றிருந்த நீ
பச்சை மூங்கிலில் கிடந்த பிணத்துக்கு போர்த்தப்பட்டிருந்த
கொடியின் நிறத்தில் தாவணி அணிந்திருந்தாய்

நெக்குருகும் உன் முறுவலால்
சாப்பறை உவகைப்பறையானது
விறைப்பேற்ற அதை அனலில் காட்டும்போதெல்லாம்
உன் தாவணி நிறம் நினைவுக்கு வந்துகொண்டேயிருந்தது

நீலக்கலரில் ரிப்பனும் தாவணியும் அணிந்தவளாக
அடிக்கடி கனவில் வர ஆரம்பித்தாய்

உன் கெண்டைக்கால் மஞ்சள் கறைப் படிந்த
வேட்டியைக் கட்டிக்கொண்டு
ஏகாந்தமாக ஒரு பாட்டுக்கட்ட
நான் கட்டும் மங்கல நாண்
எப்போதுன் கழுத்தேறும் கண்ணே!

~

அத்தியாயம் - 4

கால்வாசி புத்தன்

எழுத்தாளனுக்கு ஒரு கட்டத்தில் ஞானம் புகையத் தொடங்கிவிடுகிறது. அப்படியே அவனை விட்டு விட்டோமானால் காலப்போக்கில் அவன் முக்கால் புத்தனாகிவிடும் சாத்தியம் நிறைய உண்டு. நானெல்லாம் இப்போது கால்வாசி புத்தன் என்றால் நம்புவீர்களா?!

உயிரின் மூலம்

ஒரு தவளை நுழையும் இடுக்கில்
சூரியச் சுடர் சொட்டியிருந்தது
அந்தச் சிறு ஒளியைப் பருகி உள்ளிருக்கும் தாவரம்
அந்தக் கல் பிளவை திறக்குமா? உடைக்குமா?

உள்ளிருப்பது செடியெனில் திறக்கும்
மரமெனில் உடைக்கும்

செடியென்றோ மரமென்றோ அறியாத வண்ணம்
தன் இருப்பை சந்தேகிக்க வைப்பதால்
உள்ளிருப்பதை மாயை எனலாமா?

இருள் பிரதானமாக இருக்கும் வெளியில் முளைத்து
பிரபஞ்சத்தின் வாசனையை சுமக்கும் அதை
மாயை என எப்படிச் சொல்ல முடியும்?

துளைக்கேற்ற மற்றொரு சிறு கல் கொண்டு
இப்போது நான் வழியை மூடப் போகிறேன்
உள்ளிருப்பது வாழுமா? சாகுமா?

கல் கொதித்து வெப்பம் உட்செல்லும்
காற்று வெம்மையாகி உட்கசியும்
உள்ளிருப்பது வாழும். ஏனெனில்,
அது உயிரின் மூலம்.

~

அன்பரே

ஒரு பச்சைப் பசும்புல்லின் அருமை உணர
மிகக் கடுங்கோடை
உம்மைத் தீய்த்தெடுக்க வேண்டுமென்று நினைப்பீர்களா?

ஒரு மணிநீலத் திருநதியின் நீர்மை உணர
எந்திரங்கள் மணலைத் தின்று
ஏப்பம் விட வேண்டுமென சொல்வீர்களா?

உணவுப்பயிர் விளையும் நிலம் உணர
மீதமிருக்கும் சிட்டுக்களும்
செத்துப் போக வேண்டுமென விரும்புவீர்களா?

ஜீவக்கூட்டம் சத்தமிடும் வனம் உணர
மரங்கள் அத்தனையும்
மடிந்து போக வேண்டுமென உரைப்பீர்களா?

அப்படியெல்லாம் இல்லையல்லவா?
நம்பிக்கையளியுங்கள் அன்பரே!
நான் உம்மோடு பயணிப்பதைப் பற்றி யோசிக்க வேண்டும்.
~

கொத்திய சர்ப்பம்

கதறி அழ வாய்ப்பில்லாத ஒரு துயரத்தை வைத்திருக்கிறேன்
அந்தத் துயரத்தின் பின்னிருக்கும் கதை
எப்போதும் நெஞ்சைப் பிளந்து கொண்டிருக்கிறது
காடு எரிகையில் வெடிக்கும் மூங்கிலைப்போல்
அது பிளந்து கிழிகையில்
ரத்தம் கட்டிக்கொண்ட காயத்தைப்போல்
வலியில் உயிர் போகிறது

யாருக்கும் தெரியாமல் நனைந்து காயும் கண்கள்
என் வாதையைக் காட்டிக்கொடுத்துவிடுமோ
என்னும் அச்சம் அதனினும் கொடிது

அழக்கூடாது என்னும் வைராக்கியம்
அழுது தீர்க்கக்கூடாதா என்னும் ஆற்றுதல்
இரண்டுமே ஒரே மனதில் தோன்றுகின்றன

அழக்கூடாது
அதனால் தணிக்க முடிந்த துயரல்ல இது
கொத்திப் பாய்ச்சிய நஞ்சை
கொத்திய சர்ப்பமே எடுக்க முடியும்
அது வரட்டும் கொத்தட்டும் எடுக்கட்டும்.

~

கருணைக் கொடியது

பார்க்க சகிக்காத வாதையை
உடனிருந்து அனுபவிக்கும் ஒருவரைக்
கருணைக் கொலை செய்ய வேண்டும்
ஆனால், அவர் கண்கள் வாழ்வதற்காக தவிக்கின்றன
அதில், கருணையை இறைஞ்சும் இரண்டு விழிகள்
மீண்டும் துளிர்க்கும் சாத்தியத்துடன் மிளிர்கின்றன
அந்தச் சிறிய, துவண்ட செடிக்கு மேலே
குளிர்ந்த மேகமாய் திரண்டு பொழிய
ஆசையாகத்தான் இருக்கிறது
ஆனால், அந்த உடல் மெல்ல அழுகத் தொடங்கிவிட்டது
அதிலிருந்து வெளியேறும் புழுக்கள்
அந்தத் தனித்த அறையில் நெளிகின்றன
அந்த வீட்டில் யாவரையும்
குற்றவுணர்ச்சி தின்று கொண்டிருக்கிறது
கிடந்து நாறும் உடலை
அதில் ஒட்டியிருக்கும் உயிரின் பொருட்டு
பொறுத்தருள்வது நம் கருணையெனில்
அதனினும் கொடியதில்லை.

~

உயிர்

உயிர் மட்டும் இல்லையென்றால்
பசிக்காது வலிக்காது காமம் தோன்றாது
நினைவுக் கரம் இதயம் பிசையாது
உயிர் மட்டும் இல்லையென்றால்
இந்த உடலை சுடலையில் சுட்டிருப்பார்
இல்லையேல் ஆறடி மண்ணுக்குள் விதைத்திருப்பார்
கழுகு கொத்தும் வாய்ப்பிற்கும் விட்டிருப்பார்
ஆனால், பாருங்கள்! உயிர் ஒன்று இருப்பதால்
அழச் செய்கிறார், வேதனையில் விழச் செய்கிறார்,
கணுவுக்குக் கணு வலி செய்கிறார்,
நஞ்சினை நாவில் இடச் செய்கிறார்
இந்த அற்ப உயிர் மட்டும்
ஒரு குவளை நீரளவு
உடலில் எங்கேனும் தேங்கி நிற்குமானால்
அப்படியே மொண்டு வெளியே ஊற்றி விடுவேன்
ஆனால், கடலல்லவா உயிர். என்ன செய்வேன்?

~

நமக்காக இலை உதிர்தல்

நீங்கள் மரண தண்டனை விதிக்கப்பட்ட
கைதியென்று வைத்துக்கொள்வோம்
உங்களைத் தூக்கில் போட நாளிருக்கும் பட்சத்தில்
மிச்சமிருக்கும் வாழ்நாளில் எப்படி வாழ ஆசைப்படுவீர்கள்?
அடைக்கப்பட்ட இருண்ட அறைக்குள்
சாகப்போகும் நாளை நினைத்து
பயந்து நடுங்கிக் கொண்டிருப்பீர்களா?
கொடிய நோக்காடுடன் முனங்கிக் கொண்டிருக்கும்
சக கைதிக்கு ஆறுதல் சொல்வீர்களா?

வெளிச்சம் கசியும் துளையின் வழியே
பசுமை மாறாமல் அசைந்துக்கொண்டிருக்கும் இலையை
ஒருநாள் நீங்கள் பார்ப்பீர்களா?
அந்த நாளின் இரவில் முற்றிலும் அமைதியை இழந்து
உறக்கம் கூடாமல் விழித்திருக்கும்போது
நீங்கள் அடைக்கப்பட்டிருக்கும் அறைச் சுவற்றில்
'நான் தூக்கிலிடப்படும்போது
ஓர் இலை எனக்காக உதிரும்'
என்று எழுதுவீர்களா?

நீங்களற்ற வாழ்வில் தவிக்கவிடப்பட்டவர்கள் இருப்பின்
அவர்களுக்காக சதா அழுது கொண்டிருக்காமல்
கடவுளை அவர்களின் பக்கம் இருக்க
பிரார்த்தனை செய்வீர்களா?
குற்றத்துக்கான நியாயமான தண்டனை என்றபோதும்
உயிர் வாழ்வதற்காக கடைசியாக ஒருமுறை
கருணை மனு விண்ணப்பீர்களா?

நிராகரிக்கப்பட்ட
கருணை மனுவை கையில் வைத்துக்கொண்டு
அன்பு நிறைந்த உலகின் முன் மண்டியிட்டு கதறுவீர்களா?
மரண தண்டனைக்கான தீர்ப்பை எழுதிவிட்டு
முள் முறிக்கப்பட்டபோது நீதிபதியின் பேனா சிந்தியது
கைவிடப்பட்டவர்களின் கண்ணீரென்று
நாட்குறிப்பில் எழுதி வைப்பீர்களா?

இதில் எதையும் செய்யாமல்
சிறைச்சாலையின் வெற்றிடங்களில்
மரக்கன்று நட்டு தண்ணீர் விடுவீர்களா?
இதைச் செய்வீர்களானால் நீங்கள் நிம்மதியாக இருக்கலாம்
ஏனெனில் நீங்கள் இறக்கப்போவதில்லை.

~

மா

ஒரு துறவியின் வெண்தாடியைப்போல்
நார் கொண்ட பழத்தை
அதன் சதையை அதை மூடிய தோலை
முழுதும் உண்ட பிறகு விதையைப் பிளந்தேன்
அதற்குள் கண் மூடிப் படுத்திருந்தது மா
காண
பெண் வயிற்றிலிருக்கும் ஏழு மாத சூல் போன்றிருந்தது
தன்னுள்
சலனத்திலிருக்கும் காடு பற்றி மெல்லிய முறுவல் அதில்
அந்த முறுவலின் சுவை உவர்ப்பு
அப்படியே குழந்தையின் எச்சிலே எச்சில்தான்.
~

ஆனந்த யாழ்

மூங்கில் மரமல்ல புல் என்றதும்
என் ஆட்டு மந்தைகள் தோப்பில் குவிந்தன
அவ்வழியே வந்த வழிப்போக்கன்
நான்கைந்து கணுவுள்ள கிளையைத்
துளையிட்டு ஊதினான்
மந்தைகள் மேய்வதை விட்டுவிட்டு
அவனுடன் சென்றன இசைக் கேட்டபடி
வாழ்வதோர் ஆனந்தம் என்றிருந்த நானும்
அவன் பாடலைப் பின் தொடர்ந்தேன்.

~

சாகத் தெரியாதவன்

இன்னும் ஒருமுறை வெளியே எடுத்து
ஆழ இறக்குங்கள் அந்தக் கத்தியை
ஊரே பசியில் சாகும்போது
உணவைக் காலால் மிதிப்பவனைக்
கொல்வதற்கு துடிக்கும்
வலிமையற்ற ஒருவனின் கோபத்தோடு அதை அழுத்துங்கள்
வலி போதவில்லை
வலியென்றால் எப்படி இருக்கவேண்டும் தெரியுமா?
ஆதிக்கத் திமிரில் ஒருவன் பெய்யும் மூத்திரத்தை
முகத்தில் வாங்கும் ஒருவனின்
அவமானத்தைப்போல் இருக்க வேண்டும்
காயத்தோடு தப்பிக்க விட்டு
என் மரணத்தை என் கையில் ஒப்படைக்காதீர்கள்
நான் உருப்படியாய் சாகத் தெரியாதவன்.

~

துருவேறிய சொல்

சொல்லில் இருந்தது கத்தி
உண்மையில் அது துருவேறிய ஒரு சொல்
அதுதான் என்னை உன்னிடமிருந்து துண்டித்தது
நானதை
ஒரு விளையாட்டுப் பொருளைப்போல் பயன்படுத்தினேன்
முதலில் அது என்னையே
பதம் பார்க்கும் என்று நினைக்கவில்லை
காயம் சிறிதுதான்,
வலி இப்போது குறையாதுபோல் தெரிகிறது
இருப்பில் இருக்கும் பழைய மருந்தைத் தடவிக் கொள்கிறேன்
காயம் மேலும் விரிசலடைகிறது
ஓ! அந்த மருந்துதான் காலாவதியாகிவிட்டதே.
~

அத்தியாயம் - 5

சுமாரான ரசிகன்

வெண்ணிற இரவுகள்
கிழவனும் கடலும்
கொஞ்சம் இளையராஜா பி ஜி எம்

கனவுலகவாசியின் மன்றாடல்

தனிமை தாளாமல் ஒர் ஆண் மடிவதை
உரையாடிப் பார்ப்பதின் வழி
திசை திருப்பக்கூடியவர்கள் பெண்கள்
நீரில் வளையங்களை உருவாக்குவதற்காக
இலைகள் உதிர்வதைப்போல்
அவர்கள் ஆண்களிடம் பேசவேண்டிய கடமைக்குரியவர்கள்
வளையங்கள் ஒருபோதும் சலனங்களாவதில்லை
சதா சலனத்தில் இருப்பதைப்
புதிதாக சலனப்படுத்த வேண்டியதில்லை
வளையங்கள் நீரின் ஆகிருதிகள்
அதற்காகத்தான் மன்றாடுகிறேன்
கனவுலகவாசியின் மன்றாடல் குறித்த கதையைக்
கேட்ட மாத்திரத்திலிருந்து
நாஸ்தென்கா இப்படித்தான் நினைத்தாள்:
இவனுக்காக வருந்துவதற்குரிய இதயத்தை
எனக்களித்தமைக்கு நன்றிகள் இறைவ.

~

தூங்கா இரவுகளின் ரகசிய கதை

தனக்கென்று ஒரு கதையில்லாதவன் அவன்
எங்கோ தொலை தூரத்திலிருந்து
வந்தபடியிருக்கும் பட்சிகள்
அவனது புழங்குவெளியெங்கும் அமர்ந்து
பிரத்யேகமாக அவன் அமைத்துக்கொண்ட
கூட்டை உற்று நோக்குவதும்
பறந்து இம்சிப்பதுமாக இருந்ததையே
தினசரி கனவுகளாக கண்டு கொண்டிருந்தான்
வாதை பெருகிய தூங்கா இரவுகள் பற்றி
அவன் விவரித்தபோது
நாஸ்தென்காவின் இரவுகளில்
அடர் பனி பெய்யத் தொடங்கியது
மஞ்சள் நிற தலைக் கவிகையினுள்
மென் தேம்பலால் கதறிக்கொண்டிருந்த தன்னை
கடந்துச் சென்ற வழிப்போக்கன்
தன் கனவுலகின் தாழ்திறந்து
ஊற்றுபோல் ஊறிப்பெருகி ஓடத்தொடங்கிய நீர்வழித்தடம்
தன் வனத்துக்குரியதென்பதை
அறிந்துகொண்ட நாஸ்தென்கா
வற்றாதிருக்கும் குளிர்ச்சுனைக்காய்
தன் காடு திறந்து கொண்டதை
தன் பெண்மைத் திறந்துகொண்டதாய் பாவித்தாள்.

~

பிடிபட்ட குருவியின் நிலையிலிருப்பவன்

இரண்டே இரண்டு வார்த்தைகள்
ஒரு பெண்ணிடம் பேசமுடியாதா என்ற
கனவுலகவாசியின் ஏக்கத்தை
பூர்த்தி செய்தாள் நாஸ்தென்கா
அன்றைய கனவுக்குரிய தேவதையைப்
பரிசளித்த முன்னிரவுக்கு
நன்றிக்குரியவனானான் கனவுலகவாசி
பூரண நிலவால் ஒளி பெற்றிருந்த வானில்
தன்னிலும் தனித்ததாய் பறந்த
அந்த ஒற்றைப் பறவையின் மேல்
பாவமென இரக்கமுறும் நிலையுயர்ந்த
தன் இதயத்தை வணக்கமுற்றான்
கால்வாயில் ஓடிய நீரில் மிதந்துபோன நிலவின் சாயலை
அழுதபடி நின்றிருந்த
அவளின் நனைந்த கண்களில் கண்ணுற்றதை
நினைவு கூர்ந்தான்
அவளுடனான சந்திப்பின் நிறைவாக
அமையவிருக்கும் கடைசி வெண்ணிரவில்
தன் கண்களில் அது பிரதிபலிக்குமென்று
அப்போது அவன் நினைத்திருக்கவில்லை.

~

துன்பியல் கலைஞனின் காதல்

கோமாளி வேடத்தில் நடித்தவனுக்கு
சொந்த வாழ்க்கையிலிருக்கும் சோகத்தைப்போல்
அத்தனை உண்மையானது என் காதல்
ஒரு சிறுமி வளர்க்கும் செடிக்குரிய வாஞ்சையோடு
இதயத்தில் அதை வைத்திருந்தேன்
வாய்ப்பற்ற ஒரு நிமித்தத்திற்காக காத்திருப்பது
தைத்து இற்ற முள்ளைக் காட்டிலும்
வலியை நிமிண்டக்கூடியதென்பதை யாரிடம் சொல்ல?
என் பிரியத்தை நெருங்கும் கனவுலகவாசியே
நீங்கள் தனிமையில் கேட்டுக்கொண்டிருந்த இசையில்
என் துயர்மிகும் பாடல் வரிகளை கலந்திருக்கிறேன்
நம் சந்திப்பை சாத்தியமாக்கிய இவ்வெண்ணிற இரவுகளில்
காதலின் பொருட்டு அது காற்றில் நிரம்பக்கூடும்
அக்கணம் அதன் பீறிடல் கனத்து அழச்சொல்லும்,
நான் அழுவேன்
நீங்கள் என் முன் மன்றாடக்கூடாது
எனக்குத் தெரியும்!
கோமாளி வேடம் போட்டிருக்கும் மிக அற்புதமான
ஒரு துன்பியல் கலைஞன் நீயென்று
"நீங்கள் மன்னிக்க வேண்டும், காதலிக்க வேண்டும்,
உங்களுடைய நாஸ்தென்காவை."

~

சாலமன் மன்னனின் ஆவியைப் போன்றவன்

முன் ஜென்மக் கதைகளில் கேள்விப்பட்ட
படைத்தளபதியின் காதலை ஒத்தது என் காதல்
நாடுகளைப் பிடிப்பதில் வெறி கொண்டலைந்த
பேரரசன் ஒருவனின் அந்தப்புரத்தில்
நானுன்னை முதன்முதலில் சந்தித்தேன்
நெடுங்கூந்தல் அவிழ்த்துலர்த்தி மாடத்தில் நின்றிருந்தாய்
அறுவடைக்கு நின்ற நெல்வயலின் நிறத்திலிருந்தது உடல்
களிற்றின் தந்தத்தைப் போல் இருந்த தனங்களால்
குத்திச் சாய்த்தாய் என் காமத்தை
எதிரிகளின் குரல்வளையை அறுத்து
குருதி தோய்ந்த என் உடைவாள்
துரோகத்தின் அரிச்சுவடியைக் கற்கத் தொடங்கியது
உடனிருந்து கருவறுக்கும் வஞ்சகத்தைக்
கற்றுத் தேர்ந்துகொண்டிருந்தேன்
பிறகு நேர்ந்த மாபெரும் சமரொன்றில்
ராஜ வம்சத்தைச் சேர்ந்த வீரனோடு பொருதினேன்
அவனது வாளின் கூர்மை உன் பார்வையை நினைவூட்டியது
சிலிர்த்தடங்கிய என் உடலை கீழே தள்ளிவிட்டு
நான் அமர்ந்த புரவி இறந்த உடல்களை எத்தியபடி ஓடியது
பிளந்த நெஞ்சிலிருந்து பிரிந்த என் ஆவியை
ஒரு ஜாடிக்குள் அடைத்தான் உண்மையறிந்த மன்னன்
ஆயிரம் ஆண்டுகளுக்கு பிறகு
உன்னை மீண்டும் சந்திக்கிறேன்
ஆம் நாஸ்தென்கா,
சாலமன் அடைக்கப்பட்டிருந்த ஜாடிக்கு எதிரில்
அதே ஏழு முத்திரைகளிடப்பட்டு
நானும் அடைக்கப்பட்டிருந்தேன்.

~

காவியக் கதைக்குரிய நடிகன்

நாஸ்தென்காவின் கனவுகளில் வரும்
சீனத்து அரசிளங்குமரனை
சமரொன்றில் எதிரில் சந்திக்கிறான் கனவுலகவாசி
தோற்றுப் பின்வாங்கும் படையை நடத்திச் செல்பவனாக
தன்னையே தன் கனவில் காண்கிறான்
மிகுந்த ஏக்கத்துடன்
ஆன்மாவை மன்றாடச் செய்யும் காதல்
தன்னுள் நிரம்பியிருப்பதை
பெருந்துயரென அங்கீகரிக்கிறது மனம்
இருக்கும் ஒரே ஆதரவான உலகத்தையும்
காதலிடம் பறிகொடுத்துவிட்ட உதறல்
நடுக்கத்தைக் கொடுத்ததை
நாஸ்தென்காவிடம் மறைத்தான்
அடுத்த இரவு வரை இந்தக் காதல் என்னை
உயிரோடு வைத்திருக்க வேண்டுமென பித்துற்றான்
மேகத்தால் மூடப்பட்டிருந்த அப்பகல்
மயக்கத்தில் ஆழ்த்தும் இசையென
அறைக்குள் கசிந்தபடியிருந்தது
துவர்ப்பூறிய பனியை சுவாசித்தபடி
மெல்ல மேலெழும்பிய நிலவொளியில்
அவளைச் சந்தித்தான்
துயரம் தோய்ந்த மறுநாள் பகலை
அன்று இரவில் அவள் பரிசளித்தாள்.
~

வெண்ணிற இரவுகள் - தஸ்தாயெவ்ஸ்கி

97

பீட்டர்ஸ்பர்க் நகரம், பனியும் தனிமையும் உலவும் தெருக்கள், நான்கு இரவுகள் ஒரு பகல், காதலால் நிரம்பிக் கிடக்கும் நாஸ்தென்கா, கிடைத்த ஒரே பெண்ணின் இதயத்தையும் பறிகொடுத்துவிட்டு தனிமையில் நிரந்தரமாக விழும் கனவுலகவாசி... இந்த நாவலை வாசிப்பது என்பது உண்மையில் நம்மை நாமே வாசித்துக் கொள்வதாகும்.

~

உணவு கிடைக்காத கரிய பறவை

பெரிய ஓங்கில்கள் அகப்பட வாய்ப்புள்ள
ஆழ்பகுதிக்கு படகு போய்க்கொண்டிருந்தது
எப்போதும் கூட்டமாகவே இருக்கும் அல்பகோர் மீன்கள்
தனக்கு முன் பாய்ந்து செல்வதை
சாதகமான அறிகுறியாகக் கருதிய கிழவன்
கடலும் ஆகாயமும்
ஒன்றில் ஒன்று தோய்ந்த நிறத்தில் இருப்பதன்
நிமித்தம் அறிந்து கொண்டான்

எப்போதோ படகில் உதிர்ந்த செதில்கள்
வெயிலில் மின்னிக் கொண்டிருந்தன
சுறாமீன் குடல்களை விற்று
மதுவிடுதியில் குடித்துக் கொண்டிருந்த
இளைஞர்களின் கேலியில் கவிழ்ந்த பார்வையை
தன்னிடமிருக்கும் தூண்டில்கள்
நிமிர்த்தி விடும் என்று நம்பினான்

இரை கோர்க்கப்பட்ட முள்
கப்பலை நிறுத்த இறக்கப்படும் ஒரு குட்டி நங்கூரத்தைப்போல்
கடலுக்குள் அமிழ்ந்து கொண்டிருந்தது
படகின் அடிப்புறத்தில் உரசிவிட்டு
தூரத்தில் போய் எகிறிக் குதித்த மீன்
ஒரு கடல் கன்னியைப்போல் தோன்றியது

வெவ்வேறு ஆழங்கலில் அமிழ்ந்திருந்த தூண்டில்கள்
சொடுக்கி இழுக்கப்படுவதற்காக காத்திருந்த கிழவன்
அவன் எப்போதும் பாவமென்று இரக்கப்படும்
சிறிய கரிய பறவையைப் போல் காட்சியளித்தான்.

~

செவுள் சிவந்த மீன்களின் கலவி

ஐந்து நாட்டிகல் மைல் தொலைவில்
மையிடப்பட்ட பத்மினியின் கண்களைப் போன்றிருந்த
இளம்பிராயத்துச் சிறு மீனின் பின்னே
உறுமீன் ஒன்று வால் குழைத்துத் தொடர்ந்தது
அலையின் சன்னமான சப்தத்தில், நீல நீர்ப்பரப்பில்,
காமக் குமிழிகள் எண்ணற்றவை உடைந்தன
இணைவிழைச்சுக் காலத்தின் அத்தனை அழகுடனும்
கடல் தளும்பிக் கொண்டிருந்தது
செவுள் சிவந்த மீன்களின் கலவியை கிழவன் அறிவான்
மீன் கிடைக்காத நாளின் இரவொன்றில்
செழித்து வளர்ந்துவிட்ட மத்திகளின் கூட்டமொன்றை
கனவில் கண்டெழுந்த கிழவன்
பனியும் நிலவும் ஊடாடியிருந்த வெளியில் நின்று
கடலைக் கண்கொட்டாமல் பார்த்தான்
உச்ச இன்பம் கண்ட மீனொன்று துள்ளி மேலெழும்பியது
இத்தனை உன்மத்தமுடன் சூல் கொள்ளும் அந்த மீனை
அடுத்த மீன்பிடிப்பு காலத்தில்
பிடித்துப் பார்க்க வேண்டும் என
நினைத்துக் கொண்டான்
உப்புக் காற்று
நெடுநேரம் தூங்கவிடாமல் அடித்துக்கொண்டிருந்தது.

~

கிழவனும் கடலும் - எர்னெஸ்ட் ஹெமிங்வே

சாண்டியாகோ என்ற கிழவன், அவனது சிறிய படகு, ஒரு பெரிய முரல் மீனோடு அவன் நடத்தும் உணர்ச்சிப் போராட்டம், துரதிஷ்டமான அந்த 84 நாட்கள், அவனைப் பின் தொடரும் சிறிய கரிய பறவை, அவன் கரைக்குத் திரும்பும் கடைசி நாளில் படகை சுறாக்கள் துரத்தும் லப்டப் நிமிடங்கள்... இப்படி, இந்த நாவல் காட்டும் காட்சிகள் ஆகப்பெரிய வாசிப்பனுபவத்தைத் தருபவை.

~

இளையராஜா பி ஜி எம்

துலக்க வந்த பித்தளைக் குடத்தை
ஆற்றில் நழுவே விடுகிறாள்
நூல் சேலையால் சுற்றிய உடல்
நீரில் மெல்ல இறங்குகிறது
தோகை வளர்ந்த கரும்பை
ஒடித்து சுவைக்கிறான் பாணன்
பாடலின் தித்திப்பு கூடுகிறது
கடைவாய் மூழ்கிய குடத்தில் மெல்லிய தாளம்

தந்தனத்தனம்.... தந்தனத்தனம்...
பூபாளம் இசைக்கும் பூமகள் ஊர்வலம்...
~

வசந்தகாலத்தின் மடல் விரிந்த காடு
வண்டுகள் ஏகாந்தம் கூட்டும் மலைப்பாதையில்
தழுவி அணைக்கிறான் அவன்
களைந்த அவளது மகரந்தம்
சமவெளியில் இரைகிறது
மிளகுப் பழத்தில் துளையிட்ட புழுக்கள்
கொடி வழியே இறங்குகின்றன
அடிமரத்தில் நின்று பறவைகள் கொத்துகின்றன
வயலின் கம்பிகள் அறுந்து விடுவதைப்போல்
இழைக்கிறான் பாணன்.

பொங்கிடும் பொன்னெழில் பூம்புனலில்
போதையிலே மனம் பொங்கி நிற்க...
~

வண்டு துளை வைத்த மூங்கில் சாரத்தில்
ஆயிரம் கண்கள் திறந்திருக்கின்றன
கரைந்த மண் சுவருக்கு சாணமிடும் அவள்
தொடை வரைக்கும் ஏற்றிய சேலையை
குதிகாலுக்கு இறக்குகிறாள்
வெள்ளாவியில் ஊறிய ஆணின் உடை
மடித்து வைக்கப்பட்ட இடத்திலிருந்து குதித்து
பொத்தான்களைக் கழற்றுகிறது
அவளின் பொன் இமைகளில் தாளலயம்
இசைத்தட்டைச் சுழல விடுகிறான் பாணன்

சிறு பொன்மணி அசையும் அதில்
தெறிக்கும் புது இசையும்.
~

விளைந்த கதிரை மூன்று சிட்டுகள் வளைக்கின்றன
புள்ளினங்கள் அனைத்துக்கும் தானியங்கள் இருக்கின்றன
எக்காளம் தீராத உரையாடலும் சிரிப்பும்
நதிக்கரையெங்கும் எதிரொலிக்கிறது
காதலை விளைவிக்கும் வயதில்
பெண்கள் ஆயிரம் கதைகள் வைத்திருப்பார்கள்
கன்னத்தில் கை வைத்து யோசிக்கும் பாணன்
அள்ளி காற்றில் தூவுகிறான் பாட்டை

மெட்டியொலி காற்றோடு என் நெஞ்சைத் தாலாட்ட...
மேனியொரு பூவாக... மெல்லிசையின் பாவாக...

~

பாறையின் நீர்த்தன்மையைத் தேடி
தடவிக்கொண்டே செல்கிறார்கள்
இந்தக் கல்லைத் திறந்து
தாகம் தணிப்பாயா என்கிறாள் அவள்
நானும் அதற்காகத்தான் காத்திருக்கிறேன்
என்பதுபோல் அங்கொரு செடி நிற்கிறது
நாட்டார் தெய்வத்தின் கண்களை அவன் முத்தமிடுகிறான்
பாறைப் பிளந்து தெறிக்கிறது நீர்
அவள் சிலிர்க்கிறாள், இலை துடிக்கிறது
இவன் அரிதாரம் கலைகிறது
கல் தூணுக்குப் பின்புறமிருந்து நெகிழ்கிறான் பாணன்...

தந்தனன தானனான னானனான னா
தனனனா...
தென்றல் வந்து தீண்டும்போது என்ன வண்ணமோ மனசுல...
~

www.ingramcontent.com/pod-product-compliance
Lightning Source LLC
Chambersburg PA
CBHW020454180726
47992CB00027B/2547